எல்லாரும் பேசலாம் இங்கிலீஷ்

எல்லாரும் பேசலாம் இங்கிலீஷ்

என். சொக்கன்

SPECIFICS

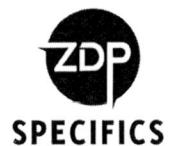

Title: Ellaarum Pesalaam English
Author's Name: N Chokkan
Copyright © N Chokkan2023
Published by ZDP Specifics

All rights reserved. No part of this publication may be reproduced, stored in a retrieval system, or transmitted, in any form or by any means, electronic, mechanical, photocopying, recording, psychic, or otherwise, without the prior permission of the publishers.

SPECIFICS

(An imprint of Zero Degree Publishing)
No. 55(7), R Block, 6th Avenue,
Anna Nagar,
Chennai - 600 040

Website: www.zerodegreepublishing.com
E Mail id: zerodegreepublishing@gmail.com
Phone: 89250 61999

ZDP Specifics First Edition: August 2023
ISBN: 978-93-93882-34-9
TITLE NO EP: 59

Rs. 130/-

Cover Design & Layout: Vijayan, Creative Studio

பொருளடக்கம்

1. செம ஈஸி! 7
2. கூச்சத்தை விரட்டுங்கள் 10
3. நில், கவனி, பேசு 15
4. எளிமையே சுகம் 21
5. அக்கு, ஆணி, அழகு 25
6. நானா? நீயா? அவனா? 30
7. வேலை வகைகள் 35
8. பசை 44
9. வினா, விடை 48
10. எளிய வாக்கியங்கள் 55
11. பொருள்களைச் சேர்த்தல் 63
12. கேட்டால் கிடைக்கும் 67
13. மாத்தி யோசி 72
14. சொல்வளம் 77
15. அக்கவுன்ட் ஆரம்பம்! 80
பின்னிணைப்புகள் 83

1. செம ஈஸி!

ஆங்கிலத்தில் பேசுவது எளிதா? சிரமமா?

ஏற்கெனவே ஆங்கிலம் பேசுகிறவர்கள், 'செம ஈஸி' என்கிறார்கள். ஆனால், புதிதாக அதில் நுழைய முற்படுகிறவர்களுக்குப் பெரிய தடைகள் தென்படுகின்றன. அது ஒரு பிரம்மாண்டமான பிரச்னையாகத் தோன்றுகிறது. படிக்கப் படிக்க, கேட்கக் கேட்க, குழப்பங்கள் அதிகரிக்கின்றன, ஒன்றுமே தெரியாததுபோல் ஒரு தோற்றம் உண்டாகிறது.

சரி, தெரிந்ததை வைத்துச் சமாளிப்போம் என்றால், 'ப்ரோக்கன் இங்க்லீஷ்', 'பட்லர் இங்க்லீஷ்' என்று அதற்குப் பெயர் சூட்டியுள்ளார்கள். இலக்கணப்பிழையோடு பேசிப் பிறர்முன்னால் அவமானப்படுவதற்குப்பதிலாக, சும்மாவே இருந்துவிடலாம் என்று பலரும் வாயை மூடிக்கொள்கிறார்கள்.

ஆங்கிலத்தில் பேசுவது அத்தனை பெரிய சிரமமா? அதற்குப் பெரிய புத்திசாலியாக இருக்கவேண்டுமோ?

சின்னக் குழந்தைகள்கூட சரளமாக ஆங்கிலம் பேசுவதைப் பார்க்கிறோம். உலகெங்கும் லட்சக்கணக்கானோர் ஆங்கிலம் பேசுகிறார்கள். அவர்கள் எல்லாரும் நம்மைவிட புத்திசாலிகளா?

முதலில், மொழி அறிவையும் புத்திசாலித்தனத்தையும் இணைக்காதீர்கள். உங்களுக்குத் தெலுங்கு, கன்னடம், பெங்காலிகூட பேசத் தெரியாது, அதனால் நீங்கள் புத்திசாலி இல்லை என்று ஆகிவிடாது. ஆங்கிலம் பேசத் தெரியாவிட்டால் மட்டும் உங்களை அவமானமாகக் கருதிக்கொள்வது ஏன்?

ஆங்கிலம் பேசக் கற்பது என்பது ஒரு கலை, அதைக் கற்றுக்கொண்டுவிட்டால் நாம் அந்த மொழியில் பேசலாம், அவ்வளவுதான், மற்றபடி அது புத்திசாலித்தனத்தின் அடையாளம் அல்ல. ஆங்கிலம் பேசும் முட்டாள்களும் உண்டு, ஆங்கிலம் பேசத்தெரியாத மேதைகளும் உண்டு.

அதேசமயம், பல மொழிகளைக் கொண்ட நம் நாட்டிலும், வேறு பல நாடுகளிலும் ஆங்கிலம் என்பது ஓர் இணைப்புமொழியாக இருக்கிறது. அதைக் கற்றுக்கொள்வதன்மூலம் நமக்குப் பல வாய்ப்புகள் ஏற்படுகின்றன. அதற்காக ஆங்கிலம் கற்றுக்கொள்ளலாம். கௌரவத்துக்காக அல்ல.

அடுத்து, ஆங்கிலம் பேசுவது ஒரு பெரிய பிரச்னையே இல்லை. அப்படியே இருந்தாலும், அதைச் சிறு பிரச்னைகளாக உடைத்துத் தீர்த்துவிடலாம். நம் அணுகுமுறையில்தான் எல்லாம் இருக்கிறது.

இந்தப் புத்தகம் அப்படி ஓர் அணுகுமுறையைப் பயன்படுத்தவுள்ளது. ஆங்கிலத்தில் அதிகம் பயன்படும் சில எளிய வாக்கிய அமைப்புகளை எடுத்துக்கொண்டு, அவற்றை எப்படி அமைத்துப் பேசுவது என்று கற்றுக்கொள்ளப்போகிறோம். இவற்றை வைத்துத் தினசரி வாழ்க்கையில் உரையாடல்களை நிகழ்த்தும் அளவுக்கு முன்னேறப்போகிறோம்.

அதன்பிறகு, எஞ்சியுள்ள வாக்கிய அமைப்புகள், நுட்பங்களைக் கற்றுக்கொள்ளலாம், அதற்கு எந்த அவசரமும் இல்லை.

ஓர் உதாரணத்துடன் சொல்வதென்றால், இப்போது தினசரி வயிறு நிறைவதற்குச் சாதம் வைத்து சாம்பார், ரசம் செய்யக் கற்றுக்கொள்வோம். பாதாம் பாயசம், வெஜிடபிள் பிரியாணி, நூடூல்ஸ், பீட்ஸாவெல்லாம் அப்புறம் பார்க்கலாம்.

என். சொக்கன்

இதை வாசிக்கத் தொடங்குமுன் ஒரு விஷயத்தை மனத்தில் உறுதியாகத் தீர்மானித்துக்கொள்ளுங்கள்: ஆங்கிலம் பேசுவது எளிய விஷயம்தான். அதனைச் சரியான முறைப்படி அணுகினால், வேகமாக அல்லாவிட்டாலும், சரியாகப் பேசப் பழகிவிடலாம். அதன்பிறகு அங்கிருந்து முன்னேறுவது சுலபம்.

ஆகவே, எந்தத் தயக்கமும் இல்லாமல் உள்ளே வாருங்கள். இதற்காக உழைக்கத் தயாராக உள்ளவர்கள் உயர்வது நிச்சயம்.

2. கூச்சத்தை விரட்டுங்கள்

ஆங்கிலம் பேசத்தொடங்கும் பலர் சந்திக்கிற முதல் மனத்தடை, தவறாகப் பேசினால் மற்றவர்கள் சிரிப்பார்களோ?

முதலில், மற்றவர்கள் சிரிக்கிறார்கள் என்பதாலேயே ஒரு விஷயம் வெட்கப்படவேண்டியதாகிவிடாது.

உதாரணமாக, ஒரு சிக்னலில் சிவப்பு விளக்கு எரிந்து கொண்டிருக்கிறது. பக்கத்தில் டிராஃபிக் காவலர்கள் யாரும் இல்லை. ஆகவே எல்லாரும் சர்சர் என்று சென்றுகொண்டிருக்கிறார்கள். அந்த நேரத்தில் நீங்கள் அங்கே வண்டியை நிறுத்திப் பச்சை விளக்கு வந்தபிறகு சென்றீர்கள் என்றால், உங்களைப் பார்த்து எல்லாரும் சிரிப்பார்கள். ஆனால், அது வெட்கப்படவேண்டிய விஷயமே இல்லை.

அதேபோல், எல்லாரும் லஞ்சம் வாங்கும் ஓர் அலுவலகத்தில் நீங்கள் லஞ்சம் வாங்காமல் கறாராக இருந்தால், பிழைக்கத் தெரியாதவர் என்று உங்களைப் பார்த்துச் சிரிப்பார்கள். அதுவும் வெட்கப்படவேண்டிய விஷயம் இல்லை.

ஆக, ஊரே சிரிக்கிறது என்பதால் மட்டும் ஒரு விஷயம்

தவறானதாக, வெட்கப்படவேண்டியதாக ஆகிவிடாது. அப்படிச் சிரிக்கிறவர்களால் வெறுமனே சிரிக்கத்தான் இயலும், எதையும் சாதிக்க இயலாது. அவர்களைக் கண்டுகொள்ளாதீர்கள்.

அப்படியானால், நாம் எதைப் பார்த்து வெட்கப்படவேண்டும்?

நம்மைப் பார்த்து நாமே சிரித்துக்கொள்கிற, நம் செயலை நினைத்து நாமே வருந்துகிற சூழ்நிலை ஏற்பட்டால் மட்டும்தான் வெட்கப்படவேண்டும்.

உதாரணமாக, கடைக்காரர் உங்களுக்குச் சில்லறைத் தரும்போது ஒரு 100 ரூபாய் நோட்டைக் கூடுதலாகத் தந்துவிடுகிறார். இந்த விஷயம் யாருக்கும் தெரியாது. நீங்கள் அந்தப் பணத்தை திருப்பிக் கொடுக்கவில்லை என்றாலும் அதை யாரும் கவனிக்கப்போவதில்லை.

ஆனால், அப்போது நீங்களே உங்களை நினைத்து வெட்கப்படுகிறீர்கள் அல்லவா? அந்தப் பணத்தைத் திருப்பித் தரும்வரை உங்கள் மனம் உங்களை உறுத்துகிறது அல்லவா? அப்படி நம்மைப் பார்த்து நாமே சிரித்துக்கொள்கிற சூழ்நிலை ஏற்பட்டால்மட்டும்தான் அதைப்பற்றிக் கவலைப்படவேண்டும். மற்ற யார் சிரித்தாலும் பொருட்படுத்தக்கூடாது.

ஆக, ஆங்கில விஷயத்தில் நீங்கள் தவறாகப் பேசினால் மற்றவர்கள் உங்களைப் பார்த்துச் சிரிப்பார்களோ என்கிற கவலையை முதலில் நிறுத்துங்கள். ஆங்கிலம் தவறாகப் பேசுகிறோம் என்று நீங்கள் உங்களைப் பார்த்துச் சிரித்துக்கொள்கிறீர்களா என்று யோசியுங்கள். அதுதான் உங்களைக் கற்கவைக்கும்.

ஆங்கிலம் தவறாகப் பேசுவது என்பது நிச்சயம் வெட்கத்துக்குரிய ஒரு விஷயம்தான். ஆங்கிலம் என்றில்லை, எந்த ஒரு மொழியையும் தவறாகப் பேசுவது வெட்கத்துக்குரிய விஷயமே. அம்மொழியை முறைப்படி கற்றுக்கொண்டு பேசத் தொடங்குவதே சரி.

உண்மையில், இதை நாம் இருவிதமாகப் பார்க்கவேண்டும்.

ஆங்கிலத்தில் நன்கு பேசுவதற்கு ஒருவருக்கு இருவிதமான வளங்கள் தேவைப்படுகின்றன: 1. சொல்வளம் 2. இலக்கண வளம்.

1.சொல்வளம்:

ஒரு விஷயத்தைச் சொல்லும்போது அதற்கு ஏற்ற சொற்கள் கிடைப்பது முக்கியம். சொற்கள் கிடைக்கவில்லை என்றாலோ தவறான சொல்லைப் பயன்படுத்திவிட்டாலோ அந்த வாக்கியத்தின் பொருள் கேட்பவருக்குப் புரியாது.

ஆங்கிலத்தைப் பொறுத்தவரை உங்களுக்குத் தெரிந்த சொற்கள் 500 என்று வைத்துக்கொள்வோம். அதை 1000, 2000, 3000 என மாற்றுவது ஒரு நீண்டகாலப் பயிற்சி. அதை இந்தக் கணத்திலிருந்து தொடங்கலாம். நமக்கு ஆங்கிலத்தில் சொற்கள் குறைவாகத் தெரிகிறதே என்று வெட்கப்படவேண்டியதில்லை. தெரிந்த சொற்களை வைத்துச் சமாளிக்கலாம்.

உதாரணமாக, Chair என்ற சொல் உங்களுக்குத் தெரியவில்லை என்றால் Sitting Place என்று சொல்லலாம், அதுவும் தெரியாவிட்டால் Bench என்றுகூட சொல்லலாம், இதெல்லாம் தவறுதான். ஆனால், கேட்கிறவர் அதை 'Chair என்று சொல்லவேண்டும்' என்று திருத்தினால், நீங்கள் அந்தப் புதிய சொல்லைக் கற்றுக்கொள்கிறீர்கள், அடுத்தமுறை அதைச் சரியாகப் பேசுகிறீர்கள்.

இப்படி ஒவ்வொரு நாளும் புதிய சொற்களை, அவற்றுக்கான பொருள்களைத் தொடர்ந்து கற்றுக்கொள்ளவேண்டும் என்கிற முனைப்பு உங்களிடம் இருந்தால் போதும். சொல்வளம் குறைவாக இருக்கிறதே என்று எண்ணி நீங்கள் கவலைப்படவேண்டியதில்லை, வெட்கப்பட வேண்டியதில்லை. காரணம், எல்லாச் சொற்களையும் அறிந்தவர் யாரும் இல்லை.

2. இலக்கண வளம்:

எந்த ஒரு வாக்கியத்தையும் முறைப்படி சொல்வதற்கு அதற்கான இலக்கணம் தெரிந்திருக்கவேண்டும். 'நான் நடக்கிறேன்' என்று சொல்வது இலக்கணப்படி சரியான வாக்கியம். 'நான் நடக்கிறது' என்று சொன்னாலும், கேட்கிறவர்களுக்கு ஓரளவு விஷயம் புரிந்துவிடும். ஆனால், இலக்கணப்படி அது தவறு. அப்படிப் பேசுவதை எண்ணி நிச்சயம் வெட்கப்படவேண்டும்.

சொல்வளத்தை மேம்படுத்துவது எந்த அளவு முக்கியமோ அதைவிடப் பலமடங்கு இலக்கண வளத்தை மேம்படுத்துவது முக்கியம்.

நல்லவேளையாக, இலக்கண வளத்தை மேம்படுத்திக்கொள்வது எளிது. அதற்குச் சில அடிப்படை விஷயங்களைத் தெரிந்து கொண்டால் போதும், அவற்றைத் தெரிந்துகொள்ளவேண்டும் என்ற ஆர்வம் இருந்தால் போதும், மிக விரைவில் அடிப்படை ஆங்கில இலக்கணத்தைப் புரிந்துகொண்டு பேசத் தொடங்கிவிடலாம்.

நாம் ஒன்றும் ஷேக்ஸ்பியர் ஆங்கிலம் பேசப்போவதில்லை. நிஜ வாழ்க்கையில் சாதாரணமாக எல்லாரிடமும் பேசுவதற்கு ஒரு ஐந்தாறு வகையான வாக்கிய அமைப்புகள் போதும், அவற்றுக்கான இலக்கணங்களைக் கற்றுக்கொள்வது மிகவும் எளிது. அதைத்தான் இந்தப் புத்தகம் செய்யப்போகிறது.

இவற்றைக் கற்றுக்கொண்டுவிட்டால், சாதாரணமாக யாரிடமும் பேசலாம். அதற்குமேல் உள்ள விசேஷ வாக்கிய அமைப்புகளையெல்லாம் பின்னர் கற்றுக்கொள்ளலாம்.

ஆக, சொல்வளத்தை முன்னேற்றுவது ஒரு நீண்ட நாள் பயிற்சி, தொடர்ந்து செய்யவேண்டிய பயிற்சி. ஆனால், இலக்கணத்தில் குறைந்தபட்சம் அடிப்படை நுட்பங்களையாவது தெரிந்துகொள்வது ஓர் உடனடி பயிற்சி. இந்த இரண்டையும் இந்தக் கணத்திலிருந்து செய்யவேண்டும்

என்று நீங்கள் தீர்மானித்துவிட்டால் உங்களைப்பார்த்து நீங்கள் சிரித்துக்கொள்ளவேண்டியதில்லை வேறு யார் உங்களைப் பார்த்துச் சிரித்தாலும் நீங்கள் அதைப்பற்றிக் கவலைப்படவேண்டியதில்லை.

சிரிப்பதை நிறுத்திவிட்டீர்களா? அடுத்து என்ன செய்யலாம்?

சுருக்கமா சொல்லணும்ன்னா...

- நீங்கள் தவறாக ஆங்கிலம் பேசினால், அதைக் கேட்டுச் சிரிப்பவர்கள் சிரிக்கட்டும், அதைப்பற்றி நீங்கள் கவலைப்படவேண்டாம், வெட்கப்படவேண்டாம்.

- அந்தத் தவறான ஆங்கிலத்தைச் சரியாக்கும் உழைப்பு உங்களிடம் இருக்கிறதா? அதை அறிய, உங்களை நீங்களே இரண்டு கேள்விகளை மட்டும் கேட்டுக்கொள்ளுங்கள்.

- ஒன்று, ஆங்கிலச் சொல்வளத்தை மேம்படுத்த நிறைய உழைக்கவேண்டும், அதற்கு நீங்கள் தயாரா?

- அடுத்து, அடிப்படை இலக்கணத்தை உடனே தெரிந்து கொள்ளலாம், அதற்கு நீங்கள் தயாரா?

- இந்த இரண்டுக்கும் தயாராக இருக்கிறவர்கள், யாருடைய சிரிப்பை எண்ணியும் கவலைப்படவேண்டியதில்லை, அந்தத் தயக்கத்தை விரட்டிவிட்டால் எளிதில் ஆங்கிலம் பேசக் கற்றுக்கொள்ளலாம்.

3. நில், கவனி, பேசு

ஆங்கிலம் பேசக் கற்பதற்கு முதல் படி, ஆங்கிலம் பேசுவோரைக் கவனிப்பது.

ஏன் கவனிக்கவேண்டும்?

ஒரு குழந்தை எப்படித் தமிழ் பேசக் கற்றுக்கொள்கிறது என்று யோசியுங்கள். உங்கள் குழந்தைக்கு நீங்கள் எப்படித் தமிழ் பேசக் கற்றுக்கொடுத்தீர்கள் என்று யோசியுங்கள்.

அநேகமாக, நீங்கள் உங்கள் குழந்தைக்குத் தமிழ் பேசக் கற்றுக்கொடுக்கவே இல்லை. அதுதான் உண்மை. குழந்தையிடம் தொடர்ந்து நீங்கள் தமிழில் பேசி வந்திருக்கிறீர்கள், நீங்கள் வீட்டில் உங்களுக்குள் தமிழில் பேசிக்கொண்டிருந்திருக்கிறீர்கள். குழந்தையைப் பார்க்க வருகிற எல்லாரும் அவர்களுக்குள் தமிழில் பேசி வந்திருக்கிறார்கள். இதையெல்லாம் கவனித்துக் கவனித்துக் குழந்தை தானே எப்படிப் பேசவேண்டும் என்று கற்றுக்கொண்டு ஒவ்வொரு சொல்லாகப் பயன்படுத்தி, தவறு செய்து, அதைத் திருத்திக்கொண்டு, அதன்மூலம் சரியாகப் பேசும் இலக்கணத்தையும் கற்றுக்கொண்டு பேச

ஆரம்பித்துவிடுகிறது. அவ்வப்போது குழந்தை செய்யும் சில பிழைகளை நாம் திருத்துகிறோம், அவ்வளவுதான். மற்றபடி குழந்தை தமிழ் பேசக் கற்றுக்கொண்டது முழுக்க முழுக்க கவனித்தலின்மூலம்தான்.

தமிழ்மட்டுமில்லை. எல்லா மொழிகளையும் பேசக் கற்பதற்கு இதுதான் சரியான முறை. கவனித்தால் பேசவரும்.

'என் புள்ள நல்லா இங்கிலீஷ் பேசுது' என்று சொல்கிற பெற்றோரிடம் 'உங்கள் குழந்தைக்கு யார் ஆங்கிலம் பேசக் கற்றுக்கொடுத்தார்கள்?' என்று கேட்டால், 'பள்ளிக்கூடத்துல டீச்சர்தான் கத்துக்கொடுத்தாங்க' என்று பதில் வரும். ஆனால் உண்மையில் டீச்சர் மெனக்கெட்டு அதற்கு ஆங்கிலம் பேசக் கற்றுக்கொடுக்கவில்லை. மற்ற குழந்தைகளும் ஆசிரியர்களும் தங்களுக்குள் பேசிக்கொள்வதைக் கவனித்து, அதைக் காப்பியடித்து, பின்னர் அதன் இலக்கண நுட்பங்களைப் புரிந்துகொண்டு குழந்தை ஆங்கிலம் பேசத்தொடங்கியிருக்கிறது.

இந்த விஷயத்தில் நாமும் குழந்தைகளைக் காப்பியடிப்போம். பிறர் பேச்சைக் கவனித்து, அதன்மூலம் ஆங்கிலம் பேசக் கற்றுக்கொள்வோம். அதுதான் எந்த ஒரு மொழியையும் கற்பதற்குச் சரியான வழி.

சரி யாரை கவனிப்பது?

இந்த விஷயத்தில் சிலர் அதிர்ஷ்டம் செய்தவர்கள். அவர்கள் வீட்டிலேயே ஆங்கிலம் நன்கு பேசக்கூடிய யாராவது இருப்பார்கள். அண்ணனோ அக்காவோ கணவரோ மனைவியோ, சில சமயங்களில் குழந்தையோ ஆங்கிலம் நன்றாகப் பேசும். அதைத் தினமும் கூர்ந்து கவனித்தாலே போதும். அவர்களுக்கு இந்தச் சொல்லை இப்படிப் பயன்படுத்தவேண்டும், அதை இப்படி மற்ற சொற்களுடன் இணைக்கவேண்டும் என்கிற மொழிநுட்பங்கள் மெதுவாகப் புரியத்தொடங்கிவிடும்.

நான் அப்படித்தான் கவனித்துக்கொண்டிருக்கிறேன். ஆனால் எனக்கு எந்த மொழிநுட்பமும் வரவில்லையே என்கிறீர்களா?

சும்மா கேட்பது வேறு. கவனிப்பது வேறு.

உதாரணமாக, ஒருவர் மேடையில் பேசுகிறார். நீங்கள் அந்த வழியாக நடந்துசெல்கிறீர்கள். அவர் பேசுவது உங்கள் காதில் விழுகிறது. மற்றபடி நீங்கள் அதனை மனத்தில் வைப்பதில்லை.

அதற்குப் பதிலாக நீங்கள் அந்தக் கூட்டத்தில் முதல் வரிசையில் அமர்ந்து அவர் பேசுவதை உன்னிப்பாகக் கவனிக்கிறீர்கள். ஒவ்வொரு சொல்லையும் அவர் எப்படிப் பயன்படுத்துகிறார் என்று கேட்டுப் புரிந்துகொள்கிறீர்கள். இப்போது அவர் சொன்ன விஷயங்கள் இன்னும் தெளிவாக உங்களுக்குப் புரியும்.

மொழி விஷயத்திலும் அப்படித்தான், ஒருவர் ஆங்கிலம் பேசுகிறார் என்று உணர்ந்து அது நம்முடைய காதில் வெறுமனே விழுவது வேறு, அவர் என்ன பேசுகிறார், எந்தெந்தச் சொற்களைப் பயன்படுத்துகிறார், ஏன் பயன்படுத்துகிறார், எந்தச் சொற்களை அவர் பயன்படுத்தவில்லை, ஏன் பயன்படுத்தவில்லை, இதே போல் நாமும் பேசவேண்டுமென்றால் எப்படிப் பேசுவது, இந்த வாக்கியத்தைச் சற்றே மாற்றினால் அவர் எப்படிப் பேசுவார்... இப்படி அவர்கள் பேசுவதை உன்னிப்பாகக் கவனிப்பது முற்றிலும் வேறுவிதமான ஓர் அனுபவம். அதன்மூலம் நாம் மொழிநுட்பங்களை மிக நன்றாகத் தெரிந்துகொள்ளலாம்.

ஆக, உங்கள் வீட்டருகே யாராவது நன்றாக ஆங்கிலம் பேசினால் அவர்களை தினமும் கூர்ந்து கவனியுங்கள். ஐந்து நிமிடம், பத்து நிமிடம், இயன்றால் அரைமணிநேரம் அவர்கள் பக்கத்திலேயே இருங்கள், கஷ்டம் என்றால் ஒட்டுக்கேளுங்கள், இதைத் தொடர்ந்து கவனத்துடன் செய்துவந்தாலே உங்களுடைய பேச்சுப் பயிற்சிக்கான முதல் படி தொடங்கிவிட்டது என்று பொருள்.

ஒரு விஷயம், 'நன்றாக' ஆங்கிலம் பேசுபவர்கள் என்ற வரையறை இங்கே மிகவும் முக்கியம். அரைகுறை ஆங்கிலம் பேசுபவர்கள், தவறாக ஆங்கிலம் பேசுகிறவர்களைக் கவனித்துப் பின்பற்ற ஆரம்பித்தீர்கள் என்றால் உங்களுடைய நிலைமை அவர்களைவிட மோசமாகத்தான் இருக்கும்.

எல்லாரும் பேசலாம் இங்கிலீஷ்

ஒரு நோட்டில் ஆசிரியர் மேலே ஒரு வரி அழகாக எழுதியிருப்பார், குழந்தை அதற்குக் கீழே அதைப் பார்த்துச் சுமாராக எழுதும். ஒருவேளை அதில் ஏதாவது தவறு செய்துவிட்டால், அடுத்த வரியை எழுதும்போது, தவறான வரியைப் பார்த்து அதே தவறைத் திரும்பச் செய்யும்.

அதேபோல், ஆங்கிலத்தைப் பொறுத்தவரை நல்ல ஆங்கிலம் பேசுகிறவர்களைப் பின்பற்றுவது முக்கியம். அப்போதுதான் நமது 'காப்பி' நன்றாக இருக்கும். அதை நினைவில் வையுங்கள்!

என் வீட்டருகே நல்ல ஆங்கிலம் பேசுபவர்கள் யாரும் இல்லை. நான் என்ன செய்வது?

அதனால் என்ன? தொலைக்காட்சி இருக்கிறதே! அதில் திரைப்படங்கள், நாடகங்கள், நிகழ்ச்சிகளைப் பார்க்கலாம். கிரிக்கெட் கமென்ட்ரியைக் கேட்கலாம், இணைய வசதி இருந்தால் அதிலும் பல ஆங்கில நிகழ்ச்சிகள் வருகின்றன.

ஆனால் ஒன்று, இதுபோன்ற நிகழ்ச்சிகள் எல்லாமே தினசரி வாழ்க்கையில் நாம் பேசுகிற ஆங்கிலம், அதாவது 'ஸ்போக்கன் இங்கிலீஷ்' என்று சொல்கிறோம் அல்லவா அதற்குப் பெருமளவில் உதவாது. காரணம், இந்த ஆங்கிலம் சற்றே பண்டிதத்தனம் கலந்து ஒருமாதிரி எழுத்து ஆங்கிலத்துக்கே அருகே இருக்கும். அல்லது, வெளிநாட்டு உச்சரிப்பில் இருக்கும், அல்லது, சாதாரணமாக நாம் பேசுகின்ற விஷயங்களை, சொற்களை அவர்கள் பயன்படுத்தமாட்டார்கள், அதை நீங்கள் அப்படியே கற்றுக்கொண்டு பயன்படுத்த இயலாது.

ஆகவேதான், உங்கள் வீட்டருகே ஆங்கிலம் பேசுகிற ஒருவரைக் கண்டறிவது முக்கியம் என்று குறிப்பிட்டோம். அவர் வீட்டருகே இல்லை, சற்றுத் தொலைவில்தான் இருக்கிறார் என்றால், சிரமப்பட்டு அங்கே சென்று அவர் பேசுவதைக் கவனித்துவிட்டு வரலாம். நிச்சயம் அந்த உழைப்புக்குப் பலன் இருக்கும்.

சிலபேர் ஆங்கிலம் பேசவேண்டும் என்பதற்காகவே கால்சென்டர்களை அழைப்பார்கள். அங்கே உள்ளவர்களிடம்

ஏதாவது ஒரு கேள்வியைக் கேட்டுவிட்டு அவர்கள் பேசுவதைக் கவனித்துக்கொண்டிருப்பார்கள்.

இப்படி ஏதோ ஒருவழியில் நல்ல ஆங்கிலம் பேசுகிறவர்களைத் தினமும் குறைந்தது 15 நிமிடமாவது கேட்கவேண்டும். இதை உங்களுடைய முதல் பயிற்சியாக வைத்துக்கொள்ளுங்கள்.

ஒரு விஷயம், ஆங்கிலம் பேசுகிறவர்களிடையே *Accent* எனப்படும் ஒருவகையான உச்சரிப்பு மாற்றங்கள் (கிட்டத்தட்ட நம் ஊர் வட்டார வழக்குபோல) இருக்கும். அப்படியில்லாமல் *Plain English* என்று சொல்லப்படும் இயல்பான, எளிமையான ஆங்கிலம் பேசுகிறவர்களைக் கவனிப்பது நல்லது. தோசை சுடுகிறவர் ப்ளெயின் தோசையைக் கற்றுக்கொண்டுதானே மசாலா, ரவா என்று முன்னேற இயலும்?

இதனால்தான், ஆங்கிலப் படங்கள், தொலைக்காட்சி நிகழ்ச்சிகள், இணைய நிகழ்ச்சிகள் போன்றவற்றைவிட நிஜ வாழ்க்கையில் ஆங்கிலம் பேசுகிறவர்களைப் பின்பற்றுவது நல்லது என்று சொன்னோம்.

Accent என்பதைப் புரிந்துகொள்ள ஓர் உதாரணம் வேண்டுமென்றால், மதுரைத் தமிழ் அல்லது கொங்குத் தமிழை எடுத்துக்கொள்ளுங்கள். புதிதாகத் தமிழ் கற்கிற ஒருவர் 'எலே, என்ன செய்யறே?' என்று பேசக் கற்பது நல்லதா, அல்லது, 'நீங்க என்ன செய்யறீங்க?' என்று பொதுவாக எல்லாரும் பேசுகிற, புரிந்துகொள்கிற தமிழைக் கற்றுக்கொள்வது நல்லதா?

இதன் அர்த்தம் நெல்லைத் தமிழோ மதுரைத் தமிழோ மோசம் என்பதல்ல. அதுவும் ஒருவகையான நல்ல உச்சரிப்புதான். ஆனால் அது ஒரு குறிப்பிட்ட வ[illegible]த்துக்குள் மட்டும் புரியக்கூடிய உச்சரிப்பு. ஆங்கிலத்திலும் அதுபோலச் சில சொற்கள் *Accent*உடன் உச்சரிக்கப்படும்போது, அவை பெரும்பாலானோருக்குப் புரியாமல்போகிற வாய்ப்பிருக்கிறது.

ஆகவே, நீங்கள் *Accent*உடன் பேசுகிற ஒருவருடைய பேச்சைக் கேட்டு, 'நமக்கு ஒன்றுமே புரியவில்லையே!'

என்று கவலைப்படுவதைவிட, அதை ஈயடிச்சான் காப்பி அடிப்பதைவிட, நமக்குப் புரிகிற ஆங்கிலத்தைப் பேசுகிற ஒருவரைப் பின்பற்றுவது நல்லது!

சுருக்கமாச் சொல்லணும்ன்னா...

- நம் வீட்டருகே அல்லது திரைப்படம், தொலைக்காட்சி, இணையம் போன்ற ஊடகங்களில் சரியான ஆங்கிலத்தை எளிமையான உச்சரிப்பில் பேசுகிற ஒருவரை நாம் கண்டறியவேண்டும்.

- அவர்களைத் தொடர்ந்து கவனிக்கவேண்டும்.

- அவர்கள் பயன்படுத்துகிற ஒவ்வொரு சொல்லையும் மனத்துக்குள் சிந்திக்கவேண்டும்.

- அவற்றில் சில சொற்கள் நமக்குச் சுத்தமாக புரியவில்லை யென்றாலும், அவர்கள் பேசும் விதம் நம் மனத்தில் ஏறவேண்டும்

- இதுதான் பேசக் கற்பதன் முதல்படி!

4. எளிமையே சுகம்

ஆங்கிலத்தில் பேசத்தொடங்குவதற்குமுன் ஆங்கில வாக்கியங்களின் அடிப்படை அமைப்பைக் கொஞ்சம் தெரிந்து கொள்வோம்.

அதற்குமுன்னால் ஒரு கேள்வி, யாராவது ஆங்கிலத்தில் படபடவென்று நீளமாகப் பேசினால் நீங்கள் என்ன செய்வீர்கள்?

வாயைப் பிளந்துகொண்டு அவர்கள் பேசுவதைப் பார்ப்பீர்கள். அவர் பிரமாதமாக ஆங்கிலம் பேசுகிறவர் என்று மனத்துக்குள் நினைத்துக்கொள்வீர்கள்.

உண்மையில் படபடவென்று வேகமாகப் பேசுவதற்கும் ஆங்கிலப் புலமைக்கும் எந்தச் சம்பந்தமும் கிடையாது. அப்படிப் பேசினால்தான் உசத்தி என்று யாரும் நினைப்பதில்லை, நீங்களும் நினைக்காதீர்கள்!

வேகமாகப் பேசுகிறவர்கள் பிழையோடு தவறான ஆங்கிலமும் பேசலாம், நிதானமாக, சிறிய வாக்கியங்களாகப் பேசுகிறவர்கள் சரியான ஆங்கிலமும் பேசலாம்.

எல்லாரும் பேசலாம் இங்கிலீஷ்

சொல்லப்போனால், நல்ல பேச்சாளர்கள் யாரைக் கவனித்துப் பார்த்தாலும் அவர்கள் சிக்கலில்லாத, எளிய வசனங்களாகப் பேசுவார்கள். நீளமாகப் பேசுவதோ, யாருக்கும் தெரியாத பல சொற்களைப் பயன்படுத்துவதோ புத்திசாலித்தனத்தின் அடையாளம் இல்லை. மொழியைப் பொறுத்தவரை எளிமைதான் புத்திசாலித்தனம்.

காரணம், நாம் பேசப்போகிற எல்லாரும் ஒரேமாதிரியான புரிந்துகொள்ளும் திறனுடன் இருக்கமாட்டார்கள். பலருக்கு மெதுவாகப் பேசினால்தான் புரியும். ஒருசிலர் வேகமாகப் பேசினாலும் புரிந்துகொள்வார்கள், ஆனால் அவர்களுடைய சதவிகிதம் மிக மிகக் குறைவு.

யோசித்துப்பாருங்கள், விறுவிறுப்பான மசாலா படங்கள் பெரிய வெற்றி அடைகின்றனவா, அல்லது நிதானமான அவார்ட் படங்களா? ஏன்? அதே லாஜிக்தான் இங்கேயும்.

ஆகவே, நீங்கள் வேகமாகவோ நீளநீளமாகவோ பேசினால் உங்களுடைய கருத்துகள் பெரும்பான்மை மக்களிடையே சென்று சேர்வதில் தடை ஏற்படும். அதைத் தவிர்ப்பதற்கு எளிய வாக்கியங்களைப் பேசுவதே நல்ல முறை.

சிறுவயதில் நீங்களும் நானும் தமிழில் அப்படி எளிய வாக்கியங்களைத்தான் பேசத் தொடங்கினோம். அதன்பிறகு படிப்படியாக நீளமான, சிக்கலான வாசகங்களைப் பேசப் பழகிவிட்டோம். ஆகவே, இப்போது நமக்கு நீளமாகவும் சிக்கலாகவும் பேசுவதுதான் ஒரு மொழியைப் பேசும் சரியான முறை என்று தோன்றுகிறது.

அந்தக் கருத்தை இப்போதே மறந்துவிடுங்கள். நம்முடைய நோக்கம் நீளநீளமாக ஆங்கிலம் பேசுவது அல்ல. கேட்கிறவர்களைத் திகைக்கவைப்பது அல்ல, கேட்கிறவர்களுக்குப் புரியும்படி பேசுவதுதான் நம் நோக்கம். அதற்கு எளிமையான வாக்கியங்கள்தான் சரியானவை.

எளிமையான வாக்கியம் என்றால் என்ன?

தமிழில் ஓர் உதாரணம் சொன்னால் புரியும். நீங்கள் ஓர் ஊருக்குச் செல்கிறீர்கள். அங்கே சிவன் கோயில் தெரு எங்கே உள்ளது என்று தெரிந்துகொள்ள விரும்புகிறீர்கள். அதைப்பற்றி ஒருவரிடம் எப்படிக் கேட்பீர்கள்?

'இங்க சிவன் கோயில் எங்கே இருக்கு?'

இது ஒரு விதம். இன்னொரு விதம், 'சிவன் கோயில் தெருவுக்கு நான் எப்படிப் போறதுன்னு நீங்க தயவுசெஞ்சு சொல்லுவீங்களா?'

இந்த இரண்டு வாக்கியங்களுமே ஒரே விஷயத்தைத்தான் தெரிவிக்கின்றன. ஆனால் இரண்டாவது வாக்கியம் சற்றே நீளமானது, சிக்கலானது. தமிழ் நன்கு தெரிந்த ஒருவர் இதை எளிமையாகப் புரிந்துகொண்டுவிடுவார், பதில் சொல்லிவிடுவார். தமிழ் தெரியாத ஒருவரிடம் அல்லது தமிழ் ஓரளவே தெரிந்த ஒரு சராசரி நபரிடம் நீங்கள் பேசுவதாக இருந்தால் முதல் வாக்கியம்தான் அதிக பலன் தரும். இரண்டாவது வாக்கியம் அவரைக் குழப்பிவிடக்கூடும். நீங்கள் தமிழ் கற்றுக்கொள்வதாக இருந்தாலும், முதல் வாக்கியம்தான் நன்கு மனத்தில் பதியும், எளிதாகப் பேச இயலும்.

அத்தகைய முதல்வகை வாக்கியங்களை ஆங்கிலத்தில் எப்படிப் பேசுவது என்று சொல்லித்தருவதுதான் இந்தப் புத்தகத்தின் நோக்கம். படபடவென்று பேசி எதிராளியைத் திகைக்கவைப்பது அல்ல!

உதாரணமாக இந்த வாக்கியத்தை எடுத்துக்கொள்வோம்:

"I am reading a book"

இது மிக மிக எளிமையான ஒரு வாக்கியம். ஆங்கிலத்தில் I, Read, Book என்ற மூன்று சொற்களுக்கு உங்களுக்குப் பொருள் தெரிந்தால் இந்த வாக்கியத்தின் அர்த்தம் புரிந்துவிடும். இலக்கணக் குழப்பங்களோ சிக்கலான அமைப்புகளோ தேவையற்ற இழுவையோ இல்லாத எளிமையான வாக்கியம் இது.

இதுமாதிரி பத்து வாக்கியங்களைக் கோத்து, அதன்மூலம் நீங்கள் சொல்லவந்த விஷயத்தைச் சொல்லிவிட்டீர்கள் என்றால், அதுவே ஆங்கிலப் பேச்சுத் திறன். மற்றபடி, நீங்கள் மேடை ஏறி ஆங்கிலம் பேசப்போவதில்லை, பண்டிதர்கள் மத்தியில் பேசப்போவதில்லை, மொழி அறிவில் உங்களைப்போல அல்லது உங்களைவிடச் சற்றே மேம்பட்டவர்களிடம்தான் ஆங்கிலம் பேசப்போகிறீர்கள். ஆகவே இதுமாதிரியான எளிமையான வாக்கியங்களைப் பிழையின்றிப் பேசுவதே நல்ல தொடக்கம்.

அதற்காக, நீங்கள் நிரந்தரமாக இப்படி எளிய வாக்கியங்களையே பேசிக்கொண்டிருக்கவேண்டும் என்று அவசியமில்லை. கொஞ்சநாள் கழித்து ஆங்கிலத்தில் கவிதை எழுதுமளவுக்குப் பண்டிதராகிவிடலாம். ஆனால் இப்போது, கற்கத் தொடங்கும் சூழ்நிலையில் இதுபோன்ற எளிய வாக்கியங்களை அடிப்படையாக எடுத்துக்கொள்வோம்.

இந்தப் புத்தகத்தை நீங்கள் நிறைவு செய்யும்போது ஆங்கிலத்தில் இதுபோன்ற எளிமையான வாக்கியங்களுடன் தன்னம்பிக்கையாகப் பேச இயலவேண்டும். அதை இலக்காக வைத்துக்கொண்டு அலசலைத் தொடங்குவோம்.

சுருக்கமாச் சொல்லணும்னா...

- வேகமாகப் பேசுவதும் நன்றாகப் பேசுவதும் ஒன்றல்ல
- எளிமையாகப் பேசினால்தான் அனைவருக்கும் அது புரியும்
- எளிய, எல்லாருக்கும் புரியும் வாக்கியங்களில் ஆங்கிலத்தைப் பேசப் பழகுவதே முதல் படி, அதுவே இந்தப் புத்தகத்தின் நோக்கமும்

5. அக்கு, ஆணி, அழகு...

ஓர் எளிய வாக்கியத்தின் பகுதிகள் என்ன?

முதலில், பகுதி என்றால் என்ன?

சைக்கிளை நாம் பார்க்கும்போது அது சைக்கிளாகத்தான் நமக்குத் தெரியும். ஆனால் அதில் ஏகப்பட்ட பாகங்கள் இருக்கின்றன. சக்கரம், பெடல், ஹேண்டில்பார் என்று ஒவ்வொரு பாகமாக அதனைப் பிரித்துப் பார்க்கவேண்டிய அவசியம் நமக்கு இல்லை. ஏறி உட்கார்ந்து மிதித்தால் சைக்கிள் செல்கிறது, அவ்வளவுதான்.

ஆனால் இப்போது, நமக்கு ஆங்கிலம் என்ற சைக்கிளை ஓட்டத் தெரியவில்லை. பெடலை மிதித்தால் சக்கரம் சுழலும், அப்போது உடலைச் சமநிலைப்படுத்திக்கொண்டு ஹேண்டில் பாரைப் பிடிக்கவேண்டும் என்கிற அளவுக்கேனும் அதன் பகுதிகளை நாம் புரிந்துகொண்டால்தான் ஓட்டக் கற்க இயலும்.

சென்ற அத்தியாயத்தில் நாம் பார்த்த 'I am reading a book' என்ற வாக்கியத்தையே மீண்டும் எடுத்துக்கொள்வோம். இதில் என்னென்ன பகுதிகள் இருக்கின்றன?

எல்லாரும் பேசலாம் இங்கிலீஷ்

I
am
reading
a
book

மொத்தம் 5 சொற்கள் உள்ளன. ஆனால் நாம் சொல்வது அதுவல்ல.

ஐந்து என்ன, ஐம்பது சொற்கள் இருந்தாலும், ஒரு வாக்கியத்தின் குறிப்பிடத்தக்க பகுதிகள் என்றால் இந்த மூன்றுதான்:

1. யார் செய்தார்கள்?
2. என்ன செய்தார்கள்?
3. எது செய்யப்பட்டது?

இதே உதாரணத்தைத் தமிழில் பார்ப்போம்:

நான் ஒரு புத்தகத்தைப் படிக்கிறேன்

இங்கே ஒரு வேலை நடந்திருக்கிறது. அதாவது, 'படித்தல்' என்கிற வேலை.

இந்த வேலையை யாரோ செய்திருக்கிறார்கள், அதாவது, நான்.

எதுவோ படிக்கப்பட்டிருக்கிறது. அதாவது, புத்தகம்.

ஆக, 'நான் ஒரு புத்தகத்தைப் படிக்கிறேன்' என்கிற வாசகத்தில் செயல், அதைச் செய்தவர், என்ன செய்யப்பட்டது என்கிற மூன்றும் இடம்பெற்றுள்ளது.

இதை அப்படியே ஆங்கிலத்துக்குக் கொண்டுசென்றால்:

- செயல் என்பது *Reading*
- செய்தவர் என்பது *I*
- செய்யப்பட்டது என்பது *Book*

இவற்றுக்கு இலக்கண ரீதியாக என்ன பெயர் என்ற பஞ்சாயத்துக்குள் நாம் போகவேண்டாம். சும்மா நம் வசதிக்காக இவற்றுக்கு ஒரு பெயர் வைத்துக்கொள்வோம்.

யார் செய்தார்களோ அவர்களை 'ஆள்' என்று அழைப்போம். என்ன செய்யப்பட்டதோ அதை 'வேலை' என்று அழைப்போம். எதன்மீது அந்த வேலை செய்யப்பட்டதோ அதைப் 'பொருள்' என்று அழைப்போம்.

ஆள், வேலை, பொருள்: இந்த மூன்றும் ஓர் எளிமையான வாக்கியத்துக்கு அவசியம்.

ஆனால் ஒன்று, ஒவ்வொரு வாக்கியத்திலும் இந்த மூன்றுமே இருக்கவேண்டும் என்ற கட்டாயமில்லை. மூன்றில் ஏதாவது ஒன்று, இரண்டு இருந்தால்கூடப் போதும்.

உதாரணமாக 'நான் படிக்கிறேன்' என்ற வாக்கியத்தில் ஆள் இருக்கிறார், வேலை இருக்கிறது, ஆனால் பொருள் இல்லை.

இதேபோல், 'நான் நல்லவன்' என்று சொன்னால் அங்கே ஆள்மட்டும்தான் இருக்கிறார். வேலை இல்லை, பொருளும் இல்லை.

சில நேரங்களில் இந்த மூன்றில் சிலது ஒளிந்திருக்கக்கூடும். உதாரணமாக, 'ஓடினேன்' என்று ஒரு வாக்கியம் இருந்தால், அதில் ஓடுதல் என்ற வேலை உள்ளது. ஆனால் யார் ஓடினார்கள் என்கிற ஆள் விவரம் இல்லை.

அதேசமயம் 'ஓடினேன்' என்று சொல்வதால், யாரோ ஓடவில்லை, அந்த வாக்கியத்தைச் சொன்னவர்தான் ஓடினார், அவர்தான் 'ஆள்' என்று நாம் ஊகித்துவிடலாம்.

இந்த நுட்பங்களெல்லாம் ஆங்கிலத்திலும் உண்டு. சொல்லப்போனால், இலக்கண விஷயத்தில் தமிழுக்கும் ஆங்கிலத்துக்கும் வேறு எந்த மொழிகளுக்கும் பெரிய வித்தியாசம் இல்லை.

எல்லாரும் பேசலாம் இங்கிலீஷ்

நாம் சற்றுமுன் பார்த்ததுபோல, 'நான்' என்கிற ஆள் ஆங்கிலத்தில் 'I' என்று ஆகிறார். 'படிக்கிறேன்' என்கிற வேலை 'Reading' என்று ஆகிறது. 'புத்தகம்' என்கிற பொருள் 'Book' என்று ஆகிறது.

ஆக, சொற்களை மாற்றினால் போதும், தமிழிலும் ஆங்கிலத்திலும் வாக்கிய அமைப்பில் பெரிய வித்தியாசமே கிடையாது.

கவனியுங்கள். 'பெரிய வித்தியாசம் கிடையாது' என்றுதான் சொன்னோம். வித்தியாசமே கிடையாது என்று அதைப் புரிந்துகொண்டுவிடக்கூடாது. உதாரணமாக, 'I am reading a book' என்பதில் வரும் 'am'க்கு இணையான ஒரு சொல் தமிழில் இல்லை, அது ஏன் என்கிற நுட்பமான விஷயத்தை இப்போது விவாதிக்கவேண்டாம், மாற்றங்கள் உண்டு, ஆனால் அடிப்படை ஒன்றே என்ற அளவில் இதைப் புரிந்துகொள்ளுங்கள்.

இப்போது உங்களுடைய பயிற்சிக்காகக் கீழே 10 வாக்கியங்களைக் கொடுத்திருக்கிறோம். இவை ஒவ்வொன்றிலும் எது ஆள், எது வேலை, எது பொருள் என்று கண்டுபிடியுங்கள். ஒருவேளை பொருளோ, வேலையோ, ஆளோ இல்லையென்றால் அதைக் குறிப்பிடுங்கள், அது ஒளிந்திருந்தால் அதையும் குறிப்பிடுங்கள்.

ஒரு விஷயம், இங்கே இயன்றவரை எளிய சொற்கள், வாக்கியங்களையே பயன்படுத்தியிருக்கிறோம். ஆனாலும், இதில் வரும் சில சொற்களுக்கு அர்த்தம் புரியாவிட்டால் அகராதியைப் பாருங்கள், இணையத்தில் *translate.google.com* என்ற தளத்தைப் பாருங்கள். ஆங்கிலச் சொல்வளம் மேம்பட அதுதான் சிறந்த வழி.

குறிப்பு: இதுபோல் இந்நூலில் உள்ள பயிற்சிகள் அனைத்துக்கும் விடைகள் புத்தகத்தின் பின்பகுதியில் தரப்பட்டுள்ளன. விடை எழுதியபிறகு, அதனைச் சரிபார்த்துக்கொள்ளுங்கள்.

1. I am walking
2. You like my father

3. *I went to Chennai*
4. *I live in Chennai*
5. *Manoj ate an ice cream*
6. *Priya cooked a meal*
7. *You are running*
8. *The car is red*
9. *The student passed the exam*
10. *The judge gave the sentence.*

சுருக்கமாச் சொல்லணும்னா...

- வாக்கியத்தில் மூன்று பகுதிகள்: ஆள், வேலை, பொருள்
- இவை மூன்றும் எல்லா வாக்கியங்களிலும் வரவேண்டும் என்று கட்டாயம் இல்லை. சில நேரங்களில் ஒளிந்துவரலாம், அல்லது, வராமலே போகலாம்
- தமிழ் வாக்கிய அமைப்புக்கும் ஆங்கில வாக்கிய அமைப்புக்கும் சிறு வேறுபாடுகள் உண்டு, சொற்களோடு இதையும் தெரிந்துகொள்ளவேண்டும்

6. நானா? நீயா? அவனா?

முந்தைய அத்தியாயத்தில் ஓர் எளிய வாக்கியத்தின் அடிப்படை அம்சங்களாகிய ஆள், வேலை, பொருள் ஆகியவற்றைப் பார்த்தோம். இப்போது, அதில் 'ஆள்' என்ற விஷயத்தை மட்டும் எடுத்துக்கொண்டு கொஞ்சம் விரிவாகப் பேசுவோம்.

ஆள் என்பது, ஒரு செயலைச் செய்கிறவர். இவர் 3 விதமாக அமையலாம்:

1. தன்மை
2. முன்னிலை
3. படர்க்கை

தமிழ் இலக்கண வகுப்பில் எப்போதோ இதையெல்லாம் படித்த ஞாபகம் இருக்கிறதா? இந்தச் சொற்களை நினைவில் வைத்துக்கொள்வது சிரமமாக இருந்தால், கவலை வேண்டாம். ஆங்கிலத்தில் இவற்றை இன்னும் எளிமைப்படுத்திப் பெயர் வைத்திருக்கிறார்கள். நம் வசதிக்கு அதைப் பயன்படுத்திக்கொள்ளலாம்: 1st Person, 2nd Person, 3rd Person.

1st Person என்றால், ஒருவர் தன்னைப்பற்றிப் பேசிக்கொள்வது. உலகத்தில் மற்ற எல்லாரையும்விட நாம்தானே முக்கியம்? நாம்தானே முதல்?

ஆக, நான், நாம், என்னுடையது, நம்முடையது போன்ற சொற்கள் அனைத்தும் *1st Person* என்ற வகையில் வரும். ஆங்கிலத்தில் இதற்கான சொற்கள் *I, We, My, Our* ஆகியவை.

Mine, Ours என்று வேறு சில சொற்களும் *1st Person*ல் உண்டு. ஆனால் அவற்றை நாம் எளிய வாக்கியங்களில் அவ்வளவாக உபயோகப்படுத்துவதில்லை என்பதால், இப்போதைக்கு இந்த நான்கு போதும்.

இவை *1st Person* சொற்கள். எப்போது நீங்கள் உங்களைப்பற்றியோ, அல்லது நீங்களும் மற்றவர்களும் இருக்கிற ஒரு குழுவைப்பற்றியோ பேசும்போது, இந்த 4 சொற்களில் ஒன்றைத்தான் பயன்படுத்தவேண்டும்:

I: நான்

We: நாம், அதாவது, நான், இன்னும் சிலர்

My: என்னுடைய

Our: நம்முடைய

அடுத்து, *2nd Person*. அதாவது, எதிரில் நிற்பவர்.

நம் எதிரில் நிற்கிற ஒருவரிடம் தமிழில் பேசும்போது நாம் பயன்படுத்தக்கூடிய சொற்கள்: நீ, நீங்கள், தாங்கள், உன், உங்கள், உன்னுடைய, உங்களுடைய, போன்றவை. இவற்றுக்கு இணையாக ஆங்கிலத்தில் உள்ள சொற்கள்: *You, Your.*

தமிழில் இத்தனை சொற்கள் இருக்கின்றன. ஆனால் ஆங்கிலத்தில் இரண்டே இரண்டுதானா?

ஆமாம். தமிழில் 'நீ' என்றால் ஒருவரைக் குறிக்கும், 'நீங்கள்' என்றால் பலரைக் குறிக்கும், அல்லது ஒருவரையே மரியாதையுடன் குறிப்பிடும். இந்த மூன்று பொருள்களுக்கும் ஆங்கிலத்தில் *'You'* என்கிற ஒரே சொல்தான்.

அதேபோல், உன்னுடைய, உங்களுடைய போன்ற சொல்களுக்கு

இணையாக ஆங்கிலத்தில் *Your* என்கிற சொல்லைப் பயன்படுத்துவார்கள்.

நிறைவாக, *3rd Person*. நாமும் அல்லாத, எதிரில் நிற்பவரும் அல்லாத பிறர், மூன்றாம் நபர்கள்!

இந்த வகையில் என்னென்ன சொற்கள் வரும் என்றால், மேலே சொன்ன *1st Person*, *2nd Person* சொற்களைத்தவிர மீதமுள்ள ஆள்கள் எல்லாரும் *3rd Person*தான்.

உதாரணமாக, 'He' (அவன்), 'She' (அவள்), 'They' (அவர்கள்)... இந்தச் சொற்கள் நம்மையும் குறிப்பிடவில்லை, எதிரில் நிற்கிறவரையும் குறிப்பிடவில்லை, வேறு யாரோ ஓர் ஆணையோ பெண்ணையோ பலரையோ குறிப்பிடுகின்றன ஆகவே அவை *3rd Person*.

இவற்றையே 'அவனுடையது' அல்லது 'அவளுடையது' அல்லது 'அவர்களுடையது' என்று சொல்லவேண்டுமானால் *His*, *Her*, *Their* என்ற சொற்களைப் பயன்படுத்தவேண்டும். இவை *1st Person*ல் வரும் *Our*, *2nd Person*ல் வரும் *Your* ஆகியவற்றுக்கு இணையானவை.

இவைதவிர இன்னும் பல *3rd Person* சொற்கள் உண்டு. சரியாகச் சொல்வதென்றால் லட்சக்கணக்கில் உண்டு.

என்னது? லட்சக்கணக்கா? அத்தனையையும் எப்படி நினைவில் வைத்துக்கொள்வது?

கவலை வேண்டாம், இங்கே நாம் லட்சக்கணக்கு என்று குறிப்பிடுவது மனிதர்களின் பெயர்களைத்தான். உதாரணமாக, ராமன், கந்தன், கவிதா, மைக்கேல், ஜார்ஜ், அப்துல் கலாம், அப்துல் ஹமீது... இப்படி எல்லாப் பெயர்களும் *3rd Person*. காரணம், அவை நாமும் அல்ல, எதிரில் உள்ளவரும் அல்ல, வேறு யாரோ.

அவனுடையது, அவளுடையது என்பதுபோல், ராமனுடையது, ஜார்ஜுடையது என்று எப்படிக் குறிப்பிடுவது?

அது மிகச் சுலபம். பெயருக்குப் பின்னால் ஓர் ஒற்றை மேற்கோள் குறி போட்டு, 's' என்ற ஆங்கில எழுத்தைச் சேர்த்தால் போதும். உதாரணமாக,

ராமனுடையது: Raman's

ஜார்ஜுடையது: George's

இப்படி ஒரு வாக்கியத்தைப் பேசத் தொடங்குமுன் ஆள் 1st Personனா, 2nd Personனா அல்லது 3rd Personனா என்பதைத் தீர்மானித்துவிட்டால், வாக்கியத்தில் ஒரு பகுதியைச் சரியாக அமைத்துவிட்டோம் என்று அர்த்தம்.

இது எல்லாருக்கும் எளிமையாக வரக்கூடியதுதான். இதில் யாரும் பிழை செய்ய வாய்ப்பே இல்லை. இருந்தாலும் இதை முறைப்படி கற்றுக்கொண்டு இரண்டாவது கட்டத்துக்கு நகருவோம்.

இப்போது உங்களுக்குச் சில பயிற்சிகள். கீழே கொடுக்கப்பட்டுள்ள 15 வாக்கியங்களில் 'ஆள்' எது என்பதை முதலில் கண்டுபிடித்து வட்டம் போடுங்கள். அதன்பிறகு, அந்த ஆள் 1st Personனா, 2nd Personனா அல்லது 3rd Personனா என்பதைப் பக்கத்தில் குறியுங்கள்.

1. I am walking
2. You are talking
3. He is skipping
4. She is reading
5. James goes to Delhi
6. You are a sweet Person
7. Your eyes are small

எல்லாரும் பேசலாம் இங்கிலீஷ்

8. This teacher is smart
9. His goal is to win
10. The president is addressing the meeting
11. My hands are wet
12. They built this beautiful building
13. I am going to fix this problem immediately
14. He is an amazing talent
15. Our aunt is an amazing dancer

சுருக்கமா சொல்லணும்ன்னா...

	எப்போது?	அடிப்படைச் சொற்கள்: ஒருமை	அடிப்படைச் சொற்கள்: பன்மை	அவர்களுக்கு உரிமையான வற்றைச் சொல்லும் சொற்கள்: ஒருமை	அவர்களுக்கு உரிமையான வற்றைச் சொல்லும் சொற்கள்: பன்மை
1st Person	தன்னைப் பற்றி, தன் குழுவைப் பற்றிப் பேசும்போது	I	We	My	Our
2nd Person	எதிரில் உள்ள ஒருவர் அல்லது பலரைப் பற்றிப் பேசும்போது	You	You	Your	Your
3rd Person	இவை இரண்டும் அல்லாத மூன்றாம் நபர்களைப் பற்றிப் பேசும் போது	He, She, Name	They	His, Her, Name's	Their

7. வேலை வகைகள்

ஆளைப் பற்றி நன்கு தெரிந்துகொண்டுவிட்டோம். அடுத்து வேலையைப்பற்றிப் பேசுவோம்.

வேலை என்பது யாரோ செய்கிற ஒரு செயல். சரியாகச் சொல்வதென்றால் அந்த வாக்கியத்தில் உள்ள ஓர் ஆள் செய்கிற செயல்.

உதாரணமாக *'I am reading'* என்று சொன்னால், *'I'* என்கிற *1st Person* ஆள் *'Reading'* என்கிற செயலைச் செய்கிறார். ஆகவே அதை நாம் 'வேலை' என்று அழைக்கிறோம். ஆங்கிலத்தில் இதனை *Verb* என்பார்கள்.

Verb என்பது ஒரு மிகப் பெரிய தலைப்பு. அதன் அனைத்து நுட்பங்களையும் விளக்குவதற்கு இது சரியான இடமல்ல. இப்போதைக்கு *Verb* என்பது யாரோ செய்கிற ஒரு வேலை என்று தெரிந்துகொண்டால் போதும்.

ஆள் என்பதை *1st Person, 2nd Person, 3rd Person* என்று பிரிப்பதைப்போல *Verb* எனபதையும் மூன்று வகையாகப் பிரிக்கலாம்.

எல்லாரும் பேசலாம் இங்கிலீஷ்

இன்னும் சரியாகச் சொல்வதென்றால் Verbஐப் பலவகையாகப் பிரிக்கலாம். ஆனால், இப்போதைக்கு அதில் மூன்று மிக முக்கிய வகைகளைமட்டும் தெரிந்துகொள்வோம்.

அந்த வகைகள்:

1. நிகழ்காலம்
2. இறந்தகாலம்
3. எதிர்காலம்

இந்தப் பெயர்களுக்கு என்ன அர்த்தம் என்று எல்லாருக்கும் புரியும். ஆகவே, ஆங்கிலத்தில் இவற்றின் பெயர்கள் என்ன என்பதைமட்டும் குறிப்பிட்டுவிடுவோம்:

- நிகழ்காலம் என்பது Present Tense
- கடந்தகாலம் என்பது Past Tense
- எதிர்காலம் என்பது Future Tense

இது கேட்பதற்கு மிக எளிமையாகத் தோன்றினாலும், ஆங்கிலத்தில் பேசுகிற பலர் செய்கிற முதல் தவறு இந்த Verb வகையை மாற்றிச்சொல்வதுதான். உதாரணமாக, தமிழில் ஒருவர் 'நான் நேற்று வருவேன்' என்று சொன்னால் அது எவ்வளவு அபத்தமான வாக்கியமாக இருக்கும் என்று யோசித்துப் பாருங்கள்.

'நேற்று' என்ற சொல் கடந்துவிட்ட ஒரு நாளைக் குறிப்பதால், அதற்கேற்ப 'வேலை'ச் சொல்லும் மாறும், 'நேற்று வந்தேன்' என்று சொல்வதுதான் சரியாக இருக்கும். 'வருகிறேன்' என்றோ 'வருவேன்' என்றோ சொன்னால் அது பொருந்தாது.

அதேபோல் ஆங்கிலத்திலும் ஒரு Verbஐ Present Tense, Past Tense, Future Tense என்று மூன்று விதமாகச் சொல்வதற்கு வழியுண்டு. நாம் பேசப்போகும் வாக்கியம் ஏற்கெனவே நடந்த ஒன்றைச் சொல்கிறதா? அல்லது, இப்போது நடப்பதைச்

சொல்கிறதா, அல்லது, இனிமேல் நடக்கப்போவதைச் சொல்கிறதா? என்பதைக் கவனித்து, அந்த Verbஐச் சரியாகப் பயன்படுத்தவேண்டும்.

உதாரணமாக 'I am reading' என்று நாம் பார்த்த வாக்கியத்தையே எடுத்துக்கொள்வோம். இங்கே 'வேலை' என்ன? 'Read', அதாவது படித்தல்.

இதை 'நான் படித்தேன்' என்று சொல்லலாம், 'நான் படிக்கிறேன்' என்று சொல்லலாம், 'நான் படிப்பேன்' என்றும் சொல்லலாம். அதற்கு இணையாக ஆங்கிலத்தில் I read, I am reading, I will read என்று மூன்று வகைகளில் வேலை அமையக்கூடும். நாம் யாரிடமாவது பேசும்போது இந்த மூன்றில் எது சரியானது என்று சிந்தித்து Read என்ற சொல்லை அதற்கேற்ப மாற்றிப் பயன்படுத்தவேண்டும். கல்யாணப் பெண் முகூர்த்தத்துக்குப் புடைவையும் ரிசப்ஷனுக்குச் சுரிதாரும் அணிந்துகொள்வதுபோலதான்!

மறுநாள் அலுவலக நண்பர்களோடு பார்ட்டி என்றால் அதே பெண் அங்கே ஜீன்ஸ் அணிந்து செல்வார். நிகழ்ச்சிக்கேற்ற உடையை அவர் தேர்ந்தெடுக்கிறார். அவர் அதை மாற்றியும் அணியலாம், ஆனால் அது அவ்வளவாகப் பொருந்தாது.

ஒரு விஷயம், ஃபேஷன் கண்டபடி மாறும். நாளைக்கே முகூர்த்தத்துக்குச் சுரிதார் அணிவது சாதாரணமாகிவிடலாம். மொழி அப்படியில்லை, Tenseஐ மாற்றிப் பயன்படுத்துவதற்கு அனுமதியே கிடையாது.

இந்த விதிமுறைகள் மிகவும் உறுதியானவை. ஆகவே இவற்றில் நாம் செய்கிற சிறிய பிழையைக்கூட மற்றவர்கள் மிகப் பெரியதாகப் பார்க்கக்கூடும்.

ஒரே Verbஐ மூன்று விதமாக எப்படிப் பயன்படுத்துவது?

பெரும்பாலான Verbகளைக் காலத்துக்கேற்ப மாற்றுவது மிக எளிது:

- *Verb*க்குப் பின்னால் '*ed*' சேர்த்தால் அது கடந்தகாலம் ஆகிவிடும். உதாரணமாக, *walk => walked*

- ஒரு விஷயம், ஒருவேளை அந்த *Verb*ன் நிறைவு எழுத்து '*e*' என்று இருந்தால், அங்கே '*ed*' சேர்க்கவேண்டியதில்லை, '*d*' சேர்த்தால் போதும். உதாரணமாக, *rule => ruled*

- *Verb*க்குப் பின்னால் '*ing*' சேர்த்தால் அது நிகழ்காலம் ஆகிவிடும். உதாரணமாக, *walk => walking*

- *Verb*க்கு முன்னால் '*Will*' என்று சேர்த்தால் அது எதிர்காலம் ஆகிவிடும். உதாரணமாக, *walk => will walk*

ஆங்கிலத்தில் பெரும்பாலான சொற்களுக்கு இந்த *ed, ing, will* ஆகிய ஒட்டுகளை வைத்தே *Present Tense, Past Tense, Future Tense*ஐக் கண்டறிந்துவிடலாம். மிக எளிய விஷயம்தான் இது.

ஆனால், ஒரே ஒரு பிரச்னை: எல்லாச் சொற்களுக்கு இந்தத் தந்திரம் பொருந்தாது. உதாரணமாக, *Read* என்ற சொல்லின் *Past Tense*ஐ, '*Readed*' என்று எழுதக்கூடாது, *Write* என்ற சொல்லின் *Past Tense*ஐ, '*Writed*' என்று எழுதக்கூடாது.

அப்படியானால் இவற்றை எப்படிக் கடந்தகாலத்தில் சொல்வது?

Read என்பதன் கடந்தகாலம் *Read*தான். அதை 'ரெட்' என்று உச்சரிக்கவேண்டும். *Write* என்பதன் கடந்தகாலம் *Wrote*.

இப்படி ஆங்கிலத்தில் சில சொற்களுக்குக் கடந்தகாலச் சொல் '*ed*' போட்டு வராது, வேறுவிதமாக இருக்கும். அங்கே நாம் '*ed*' போட்டுப் பயன்படுத்திவிட்டால் கேட்பவர்கள் சிரிப்பார்கள்.

சிரிக்கட்டும். நாம் ஏற்கனவே பார்த்ததுபோல், நாம் அதைப்பற்றிக் கவலைப்படவேண்டியதில்லை. அவர்கள் சிரிக்கிறார்களே என்று அவமானப்படாமல் இதற்கு வேறு சொல் என்ன என்று தேடத்தொடங்கினால், நாம் சரியான திசையில் செல்வதாக அர்த்தம்.

இதுபோன்ற *Verb*களின் கடந்தகாலத்தை எப்படி அறிவது?

இதற்கு எளிய குறுக்கு வழி என்று எதுவும் கிடையாது. நீங்கள் நிறைய சொற்களைப் பயன்படுத்தி அல்லது படித்து அல்லது பிறர் பேசுவதைக் கேட்டு அதில் எங்கெல்லாம் கடந்தகாலம் வருகிறது என்று கவனித்து, அதற்கு அவர்கள் என்ன சொற்களைப் பயன்படுத்துகிறார்கள் என்று புரிந்துகொண்டு... இப்படிக் கற்றால்தான் உண்டு.

ஆகவே, இப்போதைக்கு இந்த 'ed' வராத கடந்தகாலச் சொற்களைப்பற்றிக் கவலைப்படவேண்டாம். 'ed' சேர்ந்து வருகிற பெரும்பாலான சொற்களைப் பயன்படுத்தப் பழகுவோம். உங்கள் வசதிக்காக, 'ed' வராத, ஆனால் நாம் அடிக்கடி பயன்படுத்துகிற கடந்தகாலச் சொற்களின் ஒரு சிறு பட்டியல் இங்கே:

Verb	Past Tense	பொருள்
Plan	Planned	திட்டமிடுதல்
Stop	Stopped	நிறுத்துதல்
Travel	Travelled	பயணம் செய்தல்
Cry	Cried	அழுதல்
Buy	Bought	வாங்குதல்
Do	Did	செய்தல்
Forget	Forgot	மறத்தல்
Read	Read	படித்தல்

எல்லாரும் பேசலாம் இங்கிலீஷ்

Write	Wrote	எழுதுதல்
Go	Went	செல்லுதல்
Say	Said	சொல்லுதல்
Bend	Bent	வளைதல்
Blow	Blew	ஊதுதல்
Build	Built	கட்டுதல்
Cut	Cut	வெட்டுதல்
Drink	Drank	குடித்தல்
Eat	Ate	சாப்பிடுதல்
Fall	Fell	விழுதல்
Feel	Felt	உணர்தல்
Find	Found	கண்டுபிடித்தல்
Give	Gave	கொடுத்தல்
Keep	Kept	வைத்திருத்தல்
Lose	Lost	தொலைத்தல்
Make	Made	செய்தல்
Pay	Paid	பணம் செலுத்துதல்

என். சொக்கன்

Put	Put	போடுதல்
Draw	Drew	இழுத்தல்/ வரைதல்
Sell	Sold	விற்றல்
See	Saw	காணுதல்
Sing	Sang	பாடுதல்
Sit	Sat	உட்கார்தல்
Sleep	Slept	தூங்குதல்
Steal	Stole	திருடுதல்
Swim	Swam	நீந்துதல்
Take	Took	எடுத்தல்
Teach	Taught	சொல்லிக்கொடுத்தல்
Wake	Woke	தூங்கி எழுதல்
Wear	Wore	அணிதல்
Win	Won	வெற்றியடைதல்
Run	Ran	ஓடுதல்
Get	Got	பெறுதல்

நிகழ்காலம் மற்றும் எதிர்காலத்தில் இந்தப் பிரச்னை இல்லை. 99% இடங்களில் நிகழ்காலத்துக்கு Verbக்குப் பின்னால் 'ing' சேர்க்கலாம், எதிர்காலத்துக்கு Verbக்கு முன்னால் 'will' சேர்க்கலாம். அதன்மூலம் இந்த இரு வகை வாக்கியங்களை எளிதில் அமைத்துவிடலாம்.

இப்போது, உங்களுக்குப் பயிற்சியாகச் சில வாக்கியங்களைக் கொடுத்திருக்கிறோம். அவற்றில் எவை வேலைகள் அல்லது Verbகள் என்று முதலில் கண்டுபிடித்து வட்டம் போடுங்கள், பின்னர் அவற்றில் எவை கடந்தகாலம், எவை நிகழ்காலம், எவை எதிர்காலம், அதற்கேற்ப அந்தச் சொற்கள் எப்படி மாறியிருக்கின்றன என்று கவனியுங்கள், குறிப்பாக, கடந்தகாலத்தில் எங்கெல்லாம் 'ed' சேர்ந்துவருகிறது, எங்கே வரவில்லை என்பதையும் குறித்துக்கொள்ளுங்கள்.

1. He is walking
2. I am eating
3. He danced
4. She wrote a poem
5. I will go to Chennai tomorrow
6. He felt hungry
7. Ramesh cooked meal
8. He got a job
9. I prayed to God
10. You will score well in the Exam
11. Mahesh is taking care of the baby
12. The monkey is jumping
13. The baby is playing with toys
14. Gunasekar put a pen on the table
15. Thousands of people are travelling to their native places today

சுருக்கமாச் சொல்லணும்ன்னா...

- வேலை, அதாவது Verb என்பது ஓர் ஆள் என்ன செய்கிறார் என்பதைக் குறிப்பிடுகிறது.

- இதனைக் கடந்தகாலம், நிகழ்காலம், எதிர்காலம் என மூன்றுவிதமாக அமைக்கலாம்: *Present Tense, Past Tense, Future Tense.*

- பொதுவாக ஒரு வேலையைக் கடந்தகாலத்தில் குறிப்பிட, அதற்கான Verbஐ எழுதி, அதன் நிறைவில் 'ed' சேர்த்தால் போதும், இது சில நேரங்களில் பொருந்தாது.

- பொதுவாக ஒரு வேலையை நிகழ்காலத்தில் குறிப்பிட, அதற்கான Verbஐ எழுதி, அதன் நிறைவில் 'ing' சேர்த்தால் போதும்.

- பொதுவாக ஒரு வேலையை எதிர்காலத்தில் குறிப்பிட, அதற்கான Verbஐ எழுதுமுன் 'will' சேர்த்தால் போதும்.

8. பசை

Present Tense வாக்கியங்களைப் பயன்படுத்தும்போது *Verb*உடன் *'ing'* சேர்க்கவேண்டும் என்று பார்த்தோம்.

ஆனால், சென்ற அத்தியாயத்தின் நிறைவில் தந்த பயிற்சி வாசகங்களை ஒருமுறை புரட்டினால், *'ing'* வரும் பெரும்பாலான வாக்கியங்களில் சில முன்னொட்டுகளைப் பார்க்கலாம்.

உதாரணமாக, *'He is sleeping'*. இங்கே *'He'* என்பது ஆள், *'Sleep'* என்பது வேலை, *'Sleeping'* என்பது நிகழ்காலம். நடுவில் வரும் *'is'* எதற்காக?

நிகழ்காலச் சொற்கள், அதாவது, *'ing'* சேர்த்த சொற்கள் ஒரு வாக்கியத்துடன் இயல்பாக இணைவதில்லை. அவற்றைப் பசை போட்டு ஒட்டவேண்டியிருக்கிறது. அந்தப் பசைதான் *'is'* என்கிற முன்னொட்டு. இது நிகழ்கால *Verb*ஐ ஆளுடன் இணைக்கிறது.

ஒருவேளை முன்பு நடந்ததைச் சொல்வதென்றால், அதாவது, நிகழ்காலத்துக்குள் கடந்தகாலம், *'is'*க்குப் பதில் *'was'* வரும். அதாவது, *'He was sleeping'*... அவன் தூங்கிக்கொண்டிருந்தான்.

இப்படிப் பல முன்னொட்டுகள் இருக்கின்றன. அவற்றில் முக்கியமானவை இவை:

ஆள்	வேலை எப்போது நிகழ்ந்தது?	முன்னொட்டு	உதாரண வாக்கியம்
I (நான்)	இப்போது	Am	I am walking (நான் நடந்து கொண்டிருக்கிறேன்)
I (நான்)	முன்பு	Was	I was walking (நான் நடந்து கொண்டிருந்தேன்)
We (நாங்கள்)	இப்போது	Are	We are walking (நாங்கள் நடந்துகொண்டிருக் கிறோம்)
We (நாங்கள்)	முன்பு	Were	We were walking (நாங்கள் நடந்துகொண்டி ருந்தோம்)
You (நீ அல்லது நீங்கள்)	இப்போது	Are	You are singing (நீ பாடிக் கொண்டிருக்கிறாய்)
You (நீ அல்லது நீங்கள்)	முன்பு	Were	You were singing (நீ பாடிக் கொண்டிருந்தாய்)
He (அவன்)	இப்போது	Is	He is jumping (அவன் குதித்துக் கொண்டிருக்கிறான்)
He (அவன்)	முன்பு	Was	He was jumping (அவன் குதித்துக் கொண்டிருந்தான்)

எல்லாரும் பேசலாம் இங்கிலீஷ்

She (அவள்)	இப்போது	Is	She is jumping (அவள் குதித்துக் கொண்டிருக்கிறாள்)
She (அவள்)	முன்பு	Was	She was jumping (அவள் குதித்துக் கொண்டிருந்தாள்)
They (அவர்கள்)	இப்போது	Are	They are seeing (அவர்கள் பார்த்துக் கொண்டிருக் கிறார்கள்)
They (அவர்கள்)	முன்பு	Were	They were seeing (அவர்கள் பார்த்துக் கொண்டிருந்தார்கள்)
Name (பெயர்)	இப்போது	Is	Ram is liking the picture (ராம் அந்தப் படத்தை விரும்பிக் கொண்டி ருக்கிறான்)
Name (பெயர்)	முன்பு	Was	Ram was liking the picture (ராம் அந்தப் படத்தை விரும்பிக் கொண்டிருந்தான்)

இந்த அட்டவணையை மனத்தில் பதித்துக்கொண்டால் நிகழ்கால Verbகளை அவற்றுக்குரிய 1st Personஉடன் ஒட்டுவது எளிது. இவை அனைத்தையும் எப்படி ஞாபகம் வைத்துக்கொள்வது என்று திணறவேண்டாம். ஆரம்பத்தில் இது சற்றுக் கடினமாக இருக்கும். நீங்கள் வாக்கியங்களை

அமைத்துப் பழகும்போது, இவையெல்லாம் உங்களுக்குள் ஊறிவிடும். 'I' என்று வந்தவுடனேயே அதனுடன் 'am' என்ற முன்னொட்டைச் சேர்க்கத் தொடங்கிவிடுவீர்கள்.

சுருக்கமாச் சொல்லணும்ன்னா...

- நிகழ்கால Verbகளை ஆளுடன் இணைக்க am, is, was, are, were போன்ற முன்னொட்டுகள் தேவைப்படுகின்றன
- ஆள் யார், அந்த வேலை எப்போது செய்யப்பட்டது என்பதைப் பொறுத்து இவற்றைத் தேர்வு செய்து Verbக்கு முன்னால் பயன்படுத்தவேண்டும்

9. வினா, விடை

ஒரு வேலையைச் செய்யப்போகிறவர் நாமா, எதிரில் உள்ளவரா, மூன்றாம் மனிதரா என்பதைப் பார்த்துவிட்டோம். அந்த மனிதர் வேலையைச் செய்துகொண்டிருக்கிறாரா, செய்துவிட்டாரா, அல்லது செய்யப்போகிறாரா என்பதையும் பார்த்துவிட்டோம். இப்போது மூன்றாவதாக, பொருள்.

இதனை ஆங்கிலத்தில் *Object* என்பார்கள். அதாவது, செயப்படுபொருள்.

I Am Reading என்கிற நமக்கு பழக்கமான வாக்கியம் "*a book*" என்று நிறைவடைந்தது. அதாவது நான் ஒரு "புத்தகத்தை"ப் படிக்கிறேன். அந்தப் பொருள்தான் வாக்கியத்தை நிறைவடையச்செய்கிறது.

இன்னும் சில உதாரணங்கள்: *I Am Singing a song, You Are Writing a letter, He Is Eating Idlies...* இவை அனைத்திலும் *Song, Letter, Idlies* போன்ற *Object*கள், அதாவது, பொருள்கள் மிக இயல்பாக வாக்கியத்தோடு இணைந்திருப்பதைக் கவனியுங்கள், இதற்கென்று கூடுதலாக எந்த ஒட்டும் தேவையில்லை.

ஆனால், '*a song*' என்று உள்ளதே, அந்த '*a*' ஒட்டுதானே?

அது எண்ணிக்கையைக் குறிப்பிடும் சொல். 'Song' என்றால் பாடல், 'a song' என்றால் 'ஒரு பாடல்'.

சில இடங்களில் 'a'க்குப் பதில் 'an' வரும். அதற்கு அடுத்து வரும் சொல் a, e, i, o, u என்ற ஆங்கில உயிரெழுத்துகளில் தொடங்கவேண்டும். உதாரணமாக, an elephant, an orange, an arrow... இப்படி.

ஆக, ஒரு வாக்கியத்தில் 'பொருள்' என்பது 'எதை' அல்லது 'எவ்வளவு?' என்ற கேள்விக்குப் பதிலாக அமைந்தால், அதன் எண்ணிக்கையைக் குறிப்பிட்டு Verbஉடன் நேரடியாக இணைத்துவிடலாம்.

உதாரணமாக:

I am cooking... எதை? ரசத்தை... ஆகவே, I am cooking Rasam.

You are drawing... எதை? ஓவியத்தை... ஆகவே, You are drawing a picture.

We are celebrating... எதை? தீபாவளியை.... ஆகவே, We are celebrating DeepavaLi.

He is scoring... எவ்வளவு? நூறு ரன்கள்... ஆகவே, He is scoring hundred runs.

சில நேரங்களில், இந்தப் 'பொருள்' வேறு அம்சங்களைக் குறிக்கும்.

உதாரணமாக,

நான் மதுரைக்குச் செல்கிறேன் என்று ஆங்கிலத்தில் சொல்லவேண்டுமென்றால், எப்படிச் சொல்வீர்கள்?

ஆள்: I

வேலை: Go... நிகழ்காலம் என்பதால், Going, அதற்கான முன்னொட்டு, 'am'

எல்லாரும் பேசலாம் இங்கிலீஷ்

பொருள்: Madurai

ஆக, I am going Madurai... சரியா?

இல்லை. I am going Madurai என்றால், நான் மதுரையைப் போகிறேன்' என்று அர்த்தம். அது இலக்கணப்படி தவறு.

தமிழில் மதுரை'க்கு' என்று எழுதுகிறோம் அல்லவா? அந்த 'க்கு' என்ற சொல்லுக்கு இணையான ஆங்கிலச் சொல், 'to', அதைப் பொருளின் முன்னே சேர்த்து இப்படி எழுதவேண்டும்:

I am going to Madurai.

இந்த To என்பதற்கு இலக்கணப்பெயர் என்ன என்பதுபற்றி இப்போது கவலை வேண்டாம். நாம் பேச விரும்பும் வாக்கியத்தில் 'க்கு' வந்தால், அதாவது, 'எங்கே?', 'எதற்காக?' என்ற கேள்விகளுக்குப் பதில் சொல்லவேண்டியிருந்தால், அங்கே பொருளுக்குமுன் 'To' வரவேண்டும் என்று நினைவில் வைத்துக்கொள்ளுங்கள்.

I am walking... எங்கே? பூங்காவுக்கு... I am walking to park

You are trying... எதற்கு? தூங்குவதற்கு... You are trying to sleep

He is driving... எங்கே? திருநெல்வேலிக்கு... He is driving to Thirunelveli.

அதேபோல் நாம் பேசவிரும்பும் வாக்கியத்தில் 'ஆல்' என்ற சொல் வந்தால் அதற்கு 'By' என்ற சொல்லைப் பயன்படுத்தவேண்டும். 'இல்' என்ற சொல் வந்தால் அதற்கு 'In' என்ற சொல்லைப் பயன்படுத்தவேண்டும். 'இலிருந்து' என்ற சொல் வந்தால் அதற்கு 'From' என்ற சொல்லைப் பயன்படுத்தவேண்டும்.

I am cooking... எதனால்? அடுப்பால்... I am cooking by stove

You are living... எங்கே? திருநெல்வேலியில்... You are living in Thirunelveli

You are coming... எங்கிருந்து? திருநெல்வேலியிலிருந்து... *You are coming from Thirunelveli*

இதனால் இது நிகழ்ந்தது என்று சொல்லும் நேரங்களில், அதாவது, 'ஏன்?' என்ற கேள்விக்குப் பதிலளிக்கும்போது, *'because of* என்ற முன்னொட்டைப் பயன்படுத்தவேண்டும். உதாரணமாக:

The baby smiled... ஏன்? பொம்மை கிடைத்ததால்... *The baby smiled because of toy*

இதுவரை நாம் பார்த்த to, by, in, because of ஆகிய எல்லாமே *Present Tense, Past Tense, Future Tense* மூன்றுக்கும் வரும்:

I will draw in pencil

You danced in stage

He will sing to audience

ஆக, பொருள் என்பது எதற்குப் பதிலாக வருகிறதோ அதைப் பொறுத்து அதற்கு முன்னொட்டு தேவைப்படலாம், தேவைப்படாமலும் இருக்கலாம். அதைக் கவனித்துப் பயன்படுத்தவேண்டும்.

இதுவரை நாம் தெரிந்துகொண்டவை:

ஆளில் மூன்று விதம்: *1st Person, 2nd Person, 3rd Person.*

வேலையில் மூன்று விதம்: *Present Tense, Past Tense, Future Tense*

பொருளில் பல விதம்: எங்கே, எதற்கு, ஏன், எப்படி, எதனால், எவ்வளவு... இதற்கெல்லாம் பதில் சொல்லும்வகையில் இவை அமையும்.

இந்த மூன்று வகையையும் சரியாகப் பயன்படுத்தினால் பெரும்பாலான வாக்கியங்கள் அமைந்துவிடும். பிரச்னையே இல்லை!

இப்போது கீழே சில வாக்கியங்களைக் கொடுத்திருக்கிறோம். அவற்றில் பொருள் எங்கே இருக்கிறது என்று கண்டுபிடித்து முதலில் வட்டமிடுங்கள். அதன்பிறகு, அந்தப் பொருளை அந்த வாக்கியத்துடன் இணைக்கின்ற ஒட்டு எது என்பதையும் கவனித்துக் கட்டம் போடுங்கள்.

1. *He is drinking coffee*
2. *She is driving a car*
3. *You are swimming in the river*
4. *We are signing an agreement*
5. *Raman is winning the war*
6. *Students are writing an examination*
7. *Shop owner sold a book*
8. *Shop owner sells to make profit*
9. *He won because of talent*
10. *India got freedom*
11. *Two countries are fighting for superiority*
12. *I will watch television today*
13. *He smiled because of dream*
14. *They walked one mile*
15. *We jumped from the bench*

சுருக்கமாச் சொல்லணும்ன்னா...

- ஒரு வாக்கியத்தில் ஆள், வேலை, பொருள் ஆகிய மூன்றும் இருக்கலாம், அவற்றில் ஒன்றிரண்டு இருந்தாலும் போதும்

- ஆள் என்பவர் 1st Personஆகவோ (I, We, My, Our) அல்லது 2nd Personஆகவோ (You, Your) அல்லது 3rd Personஆகவோ (He, She, பெயர்கள், His, Her, They, Their) இருக்கலாம்

- My, Our, Your, His, Her, Their போன்றவை இது இவர்களுடையது என்று குறிப்பிடும்வகையில் அமையும்

- வேலை எனப்படும் Verb 3 வகைகளில் அமையலாம்: Present Tense, Past Tense, Future Tense

- ஒரு Verbஐ இந்த மூன்றில் ஒன்றுக்கு ஏற்றபடி மாற்றுவதற்கு ஓர் எளிய வழி: Verbக்குப் பின்னால் 'ed' சேர்த்தால் Past Tense, Verbக்குப் பின்னால் 'ing' சேர்த்தால் Present Tense, Verbக்கு முன்னால் 'will' சேர்த்தால் Future Tense. இந்த விதி எல்லாச் சொற்களுக்கும் பொருந்தாது. ஆனால் பெரும்பாலான சொற்களுக்குப் பொருந்தும்.

- Present Tense சொல்லை ஆளுடன் இணைக்க am, are, is, was, were போன்ற முன்னொட்டுகள் தேவைப்படும், ஆள், சூழ்நிலையைப் பொறுத்து இவற்றைத் தேர்வு செய்யவேண்டும்

- ஆள், வேலை இரண்டையும் குறிப்பிட்டுவிட்டபிறகு நாம் பொருளைச் சொல்லவேண்டும்.

- அந்தப் பொருள் 'எதை?', 'எவ்வளவு?' என்பனவற்றுக்குப் பதிலாக வந்தால், Verbஉடன் இயல்பாகச் சேரும்

- அந்தப் பொருள் 'எங்கே?' என்பதற்குப் பதிலாக வந்தால் 'to' என்ற முன்னொட்டு தேவைப்படும்

- அந்தப் பொருள் 'எதனால்?', 'எப்படி?' என்பனவற்றுக்குப் பதிலாக வந்தால் 'by' என்ற முன்னொட்டு தேவைப்படும்

- அந்தப் பொருள் 'எதில்?' என்பதற்குப் பதிலாக வந்தால் 'in' என்ற முன்னொட்டு தேவைப்படும்

- அந்தப் பொருள் 'எங்கிருந்து?' என்பதற்குப் பதிலாக வந்தால் 'from' என்ற முன்னொட்டு தேவைப்படும்

- அந்தப் பொருள் 'ஏன்?' என்பதற்குப் பதிலாக வந்தால் 'because of' என்ற முன்னொட்டு தேவைப்படும்

- ஆள், வேலை,

பொருள் இந்த மூன்றிலும் இதைத்தவிர இன்னும் பலப்பல நுட்பங்கள் உள்ளன. ஆங்கிலத்தில் உள்ள அத்தனை சொற்களையும் வாக்கிய அமைப்புகளையும் இந்த விதிமுறைகளைமட்டும் பயன்படுத்திப் புரிந்துகொள்வது சாத்தியமில்லை. ஆனால், பேசத் தொடங்குகிற ஒருவருக்கு இந்த அடிப்படை விஷயங்கள் போதுமானது. இதைக்கொண்டு அடிப்படைக் கல்வியைப் பூர்த்தி செய்துவிட்டுப் பிறகு மேல்நிலைக் கல்விக்குச் செல்லலாம்.

10. எளிய வாக்கியங்கள்

முந்தைய அத்தியாயங்களில் ஆள், வேலை, பொருள் ஆகிய விஷயங்களைப்பற்றி நன்றாகத் தெரிந்துகொண்டுவிட்டோம். இப்போது, ஒரு வாக்கிய அமைப்பில் இவை எப்படி ஒன்றாகப் பொருந்துகின்றன, இந்த எளிய முறையைக்கொண்டு வாக்கியங்களை எப்படி அமைப்பது என்பதைப் பார்ப்போம்.

ஆங்கில வாக்கியங்களில் பெரும்பாலானவை ஆள், வேலை, பொருள் என்ற வரிசையில்தான் அமைகின்றன. இந்த வரிசை மாறும் வாக்கியங்களும் உண்டு. ஆனால், இப்போது நாம் ஆரம்ப நிலையில் இருப்பதால் இந்த அமைப்பில்மட்டுமே வாக்கியங்களை அமைத்துக் கற்றுக்கொள்வோம்.

ஆக, முதலில் ஆளைச் சொல்லவேண்டும், அடுத்து வேலையைச் சொல்லவேண்டும், அடுத்து பொருளைச் சொல்லவேண்டும். தேவைப்படும் இடங்களில் முன்னொட்டுகளைச் சேர்க்க வேண்டும்.

இப்போது இந்த முறையைப் பயன்படுத்தி ஓர் எளிய வாக்கியத்தை அமைப்போம்: 'நான் கிரிக்கெட் விளையாடினேன்' என்று ஆங்கிலத்தில் சொல்லவேண்டும்.

இங்கே ஆள் என்பவர் வேலையைச் செய்கிறவர். அதாவது, 'நான்', ஆங்கிலத்தில் 'I'.

அடுத்து, வேலை, 'விளையாடுதல்', அதாவது, 'Play'

    I... Play

எதை விளையாடினேன்? அதாவது, பொருள் என்ன? Cricket.

    I... Play... Cricket

இந்த வாக்கியம் தன்னளவில் சரியானதுதான். ஆனால் இன்னும் ஒரு விஷயத்தை நாம் கவனிக்கவேண்டும்.

'நான் கிரிக்கெட் விளையாடினேன்' என்று சொல்வதால், இது கடந்தகாலம், Past Tense. அதற்கேற்ப Verbஐ மாற்றவேண்டும்.

Play என்ற சொல்லின் Past Tense, 'Played'.

    I... Played... Cricket

இப்போது, இந்த வாக்கியத்தை நாம் சரியாகப் பேசிவிட்டோம். இதனைக் கொஞ்சம் மாற்றிப்பார்ப்போம். 'நான் கிரிக்கெட் விளையாடினேன்' என்பதற்குப் பதிலாக, 'நீ கிரிக்கெட் விளையாடினாய்' என்று எப்படிச் சொல்வது?

மிக எளிது. 'I'க்குப் பதில் 'You' போட்டால் போதும்: You Played Cricket.

இதேபோல், அவன் கிரிக்கெட் விளையாடினான், அவள் கிரிக்கெட் விளையாடினாள், குப்புசாமி கிரிக்கெட் விளையாடினான் என்று எதைச் சொல்வதென்றாலும் 'I'க்குப் பதில் He, She, Kuppusamy போன்ற சொற்களைப் பயன்படுத்தினால் இந்த வாக்கியம் சரியாகவே அமையும்...
He played cricket, She played cricket, Kuppusamy played cricket...

இப்போது, எனக்கு கிரிக்கெட் வேண்டாம். ஃபுட்பால்தான் வேண்டும். என்ன செய்வது?

அதுவும் எளிது. இந்த வாக்கியத்தில் கிரிக்கெட்டைத் தூக்கிவிட்டு ஃபுட்பால், செஸ், ஹாக்கி என்று எதைப் போட்டாலும் இந்த வாக்கியம் சரியாகவே அமையும்: *He played Chess, She played Footbal...*

ஆக, இந்த வாக்கியத்தில் ஆளையும் பொருளையும் மாற்றுவது மிக எளிது. நடுவில் இருக்கும் அந்த வேலையை மாற்றுவதற்குதான் கொஞ்சம் மெனக்கெடவேண்டும்.

கடினம் இல்லை, கொஞ்சம் அக்கறையாகக் கவனித்துச் செய்யவேண்டிய விஷயம் அது. சிறு தவறு செய்தாலும் மொத்த வாக்கியத்தையும் அது பாதித்துவிடும்.

‘நான் கிரிக்கெட் விளையாடினேன்’ என்பதற்குப் பதில், ‘நான் கிரிக்கெட் விளையாடுகிறேன்’ என்று சொல்லிப்பார்ப்போமா?

‘*Play*’ என்ற சொல்லில் கடந்தகாலத்துக்கு ‘*ed*’ சேர்த்து ‘*Played*’ என்ற சொல்லை உருவாக்கினோம். இப்போது அதே ‘*Play*’ என்ற சொல்லுக்குப் பின்னால் ‘*ing*’ என்பதைச் சேர்த்து ‘*Playing*’ என்ற சொல்லை உருவாக்குவோம்.

ஆக, *I Playing Cricket...* அவ்வளவுதானே?

இல்லை. இது தவறான வாக்கியம்

ஏன் தவறு?

நாம் வேலையைப்பற்றி பார்க்கும்போது நிகழ்காலத்தில் அதோடு வெறுமனே ‘*ing*’ சேர்த்தால் போதாது, அதற்குச் சில முன்னொட்டுகள் தேவை என்று பார்த்தோம். எந்த ஆளுக்கு எந்த நேரத்தில் எந்த முன்னொட்டு தேவை என்று பட்டியல் போட்டு விளக்கினோம். அந்த அத்தியாயத்தைக் கொஞ்சம் திருப்பிப் பாருங்கள்.

அதன்படி, ‘*I*’ என்ற ஆளை நிகழ்காலத்தில் குறிப்பிடும்போது, அவர் செய்த வேலைக்கு முன்னால் ‘*am*’ என்ற முன்னொட்டு சேரவேண்டும். ஆக, *I am playing cricket.*

இங்கே நாம் பயன்படுத்திய சூத்திரம்: ஆள், வேலைக்கான முன்னொட்டு, வேலை, பொருள்.

ஒருவேளை இங்கே 'I'க்குப் பதில் 'You' என்று போட்டால் 'You am playing cricket' என்று சொல்லக்கூடாது. ஏனெனில், 'You' என்ற 2nd Person வரும்போது, அங்கே வேலைக்குமுன்னால் பயன்படுத்தவேண்டிய முன்னொட்டு 'am' அல்ல, 'are'. ஆகவே, இது 'You are playing cricket' என்று மாறும்.

'அவன் கிரிக்கெட் விளையாடுகிறான்' என்பதை எப்படிச் சொல்வது?

He is playing cricket. இங்கே 'He' என்ற 3rd Person வருவதால், 'is' என்ற முன்னொட்டு Verbக்கு முன்னால் வருகிறது.

இப்போது இந்த வாக்கியத்தை எதிர்காலத்துக்கு மாற்றுவோமா? 'நான் கிரிக்கெட் விளையாடுவேன்' என்று எப்படிச் சொல்வது?

நாம் ஏற்கனவே பார்த்ததுபோல் 'Play' என்ற வேலைக்குமுன்னால் 'will' என்பதைச் சேர்த்தால் அது எதிர்காலம் ஆகிவிடும்.

ஆக, *I will play cricket, You will play cricket, He will play cricket...* இவை அனைத்தும் சரியான வாசகங்கள்.

ஒருவேளை, பல பேர் கிரிக்கெட் விளையாடினால்? அதை எப்படிச் சொல்வது?

உதாரணமாக, 'நாங்கள் கிரிக்கெட் விளையாடுகிறோம்' என்று எப்படிச் சொல்வது?

'நாங்கள்' என்பதற்கான ஆங்கிலச் சொல் 'We'. அதை முதலில் எழுதிக்கொள்வோம். விளையாடுவது கிரிக்கெட். அதை நிறைவில் எழுதிக்கொள்வோம்:

        We .... Cricket

இப்போது நடுவில் Play என்ற வேலை வரவேண்டும். அது எப்படி வரும்?

கிரிக்கெட் விளையாடினோம் என்று கடந்தகாலத்தில் இருப்பதால் Played என்று எழுதவேண்டும்:

We played cricket

ஒருவேளை இது 'நாங்கள் கிரிக்கெட் விளையாடுகிறோம்' என்று நிகழ்காலத்தில் வந்தால்:

We are playing cricket

இங்கே 'are' எப்படி வந்தது?

பன்மைக்கான நிகழ்கால முன்னொட்டு are. அதை Verbக்கு முன்னால் சேர்த்துள்ளோம்.

இதேபோல் 3rd Personல் 'அவர்கள் கிரிக்கெட் விளையாடுகிறார்கள்' என்று சொல்வதற்கு: They are playing cricket. இங்கேயும் நிகழ்கால முன்னொட்டு 'are'தான்.

எதிர்காலத்தைப் பொறுத்தவரை இந்த ஒருமை, பன்மை வித்தியாசமே கிடையாது. I will play cricket என்பதைச் சட்டென்று We will play cricket என்று மாற்றிவிடலாம்.

ரொம்பக் குழப்புகிறதா?

இதுவரை நாம் பார்த்த அனைத்தையும் ஒருமுறை தொகுத்துச் சொன்னால் எத்தனைவிதமான வாக்கியங்கள் சாத்தியம் என்று உங்களுக்குப் புரியும். அதை ஞாபகம் வைத்துக்கொண்டால் எந்தக் குழப்பமும் வராது:

வகை 1 : 1st Person எதையோ செய்துகொண்டிருக்கிறார்

வகை 2 : 1st Person எதையோ செய்துவிட்டார்

வகை 3 : 1st Person எதையோ செய்வார்

வகை 4 : 2nd Person எதையோ செய்துகொண்டிருக்கிறார்

வகை 5 : 2nd Person எதையோ செய்துவிட்டார்

எல்லாரும் பேசலாம் இங்கிலீஷ்

வகை 6 : 2nd Person எதையோ செய்வார்

வகை 7 : 3rd Person எதையோ செய்துகொண்டிருக்கிறார்

வகை 8 : 3rd Person எதையோ செய்துவிட்டார்

வகை 9 : 3rd Person எதையோ செய்வார்

மேற்கண்ட 9ம் பன்மையிலும் வரும்:

வகை 10 : 1st Person எதையோ செய்துகொண்டிருக்கிறார்கள் (பன்மை)

வகை 11 : 1st Person எதையோ செய்துவிட்டார்கள் (பன்மை)

வகை 12 : 1st Person எதையோ செய்வார்கள் (பன்மை)

வகை 13 : 2nd Person எதையோ
செய்துகொண்டிருக்கிறார்கள் (பன்மை)

வகை 14 : 2nd Person எதையோ செய்துவிட்டார்கள் (பன்மை)

வகை 15 : 2nd Person எதையோ செய்வார்கள் (பன்மை)

வகை 16 : 3rd Person எதையோ
செய்துகொண்டிருக்கிறார்கள் (பன்மை)

வகை 17 : 3rd Person எதையோ செய்துவிட்டார்கள் (பன்மை)

வகை 18 : 3rd Person எதையோ செய்வார்கள் (பன்மை)

ஆக இந்த எளிய சூத்திரத்தைக் கொண்டு 18 வகையான வாக்கியங்களை நாம் அமைக்கலாம். இதைமட்டும் மனத்தில் பதித்துக்கொண்டு விட்டீர்கள் என்றால் வெறுமனே சொற்கள் தெரிந்தால் போதும். இதுபோன்ற எளிய வாக்கியங்களை சுலபமாக அமைத்துவிடலாம். கீழே இந்த 18 வாக்கியங்களுக்கும் ஓர் அட்டவணை போட்டு எந்தச் சொல் எப்படி வரும் என்று விளக்கியிருக்கிறோம். கவனித்துத் தெரிந்துகொள்ளுங்கள். சந்தேகம் வந்தால் முந்தின அத்தியாயங்களை இன்னொருமுறை வாசித்தால் புரியும்.

என். சொக்கன்

வகை	சூத்திரம்	உதாரணம்
1.	ஆள் + am + வேலை + ing + பொருள்	I am driving a car
2.	ஆள் + வேலை + ed (அல்லது, வேறு கடந்தகாலச் சொல்) + பொருள்	I drove a car
3.	ஆள் + will + வேலை + பொருள்	I will drive a car
4.	ஆள் + are + வேலை + ing + பொருள்	You are driving a car
5.	ஆள் + வேலை + ed (அல்லது, வேறு கடந்தகாலச் சொல்) + பொருள்	You drove a car
6.	ஆள் + will + வேலை + பொருள்	You will drive a car
7.	ஆள் + is + வேலை + ing + பொருள்	He is driving a car
8.	ஆள் + வேலை + ed (அல்லது, வேறு கடந்தகாலச் சொல்) + பொருள்	He drove a car
9.	ஆள் + will + வேலை + பொருள்	He will drive a car
10.	ஆள் + are + வேலை + ing + பொருள்	We are driving a car
11.	ஆள் + வேலை + ed (அல்லது, வேறு கடந்தகாலச் சொல்) + பொருள்	We drove a car

12.	ஆள் + will + வேலை + பொருள்	We will drive a car
13.	ஆள் + are + வேலை + ing + பொருள்	You are driving a car
14.	ஆள் + வேலை + ed (அல்லது, வேறு கடந்தகாலச் சொல்) + பொருள்	You drove a car
15.	ஆள் + will + வேலை + பொருள்	You will drive a car
16.	ஆள் + are + வேலை + ing + பொருள்	They are driving a car
17.	ஆள் + வேலை + ed (அல்லது, வேறு கடந்தகாலச் சொல்) + பொருள்	They drove a car
18.	ஆள் + will + வேலை + பொருள்	They will drive a car

கொஞ்சம் ஊன்றிக் கவனித்தால், மூன்றே வகை வாக்கியங்கள்தான் பதினெட்டு வகையாக மாறியிருப்பதை நீங்கள் கவனிக்கலாம். ஆள், முன்னொட்டு, வேலை, பொருள். அவ்வளவுதான்!

இப்போது இந்த முறைகளைப் பயன்படுத்தி நீங்கள் உங்களுடைய சொந்த வாக்கியங்களை அமைத்துப் பாருங்கள்.

11. பொருள்களைச் சேர்த்தல்

இதுவரை 'ed' என்ற எழுத்துகளைச் சேர்த்து Past Tenseஆக மாற்றக்கூடிய வேலைகளை வைத்து வாக்கியம் அமைத்துக்கொண்டிருந்தோம். இப்போது சற்றே சிரமமான ஒரு சொல்லை எடுத்துக்கொள்வோம்.

சொல்தான் சிரமம், வாக்கிய அமைப்பு அதேதான். ஆகவே, அதைப்பற்றிக் கவலை வேண்டாம்.

அந்தச் சொல்: Write, எழுதுதல். இதன் Past Tense என்ன? Present Tense என்ன? Future Tense என்ன?

Present Tense, Future Tense இரண்டும் பிரச்சினையில்லை. Writeக்குப் பின்னால் ing போட்டால் Writing என Present Tenseஆகிவிடும். Writeக்கு முன்னால் will போட்டால் 'will write' என Future Tenseஆகிவிடும்.

Past Tenseக்குப் பொதுவாக நாம் Verbக்குப் பின்னால் 'ed' போடுவோம். ஆனால், இங்கே 'Writed' அல்லது 'Writeed' என்று எழுதுவது தவறு என்று ஏற்கெனவே பார்த்திருக்கிறோம். Write என்பதற்கான Past Tense சொல் Wrote. இதை நீங்கள் மனப்பாடம் செய்துகொள்ளவேண்டியதுதான்.

இப்படி ஆங்கிலத்தில் பலநூறு பொதுவான சொற்களுக்கு Past Tenseல் 'ed' சேர்க்க இயலாது. அந்த வகைச் சொற்களை ஏற்கெனவே ஒரு பட்டியலாகத் தந்திருக்கிறோம். அவற்றைக் கொஞ்சம் பார்த்துக்கொள்ளுங்கள். ஆனால், இது முழுமையான பட்டியல் அல்ல. இன்னும் பல பல சொற்கள் இப்படி 'ed' சேர்க்க இயலாதபடி இருக்கும். அவற்றைக் கற்றுக்கொள்ள உறுதியான வழி, நிறைய பேசிப் பழகுவதுமட்டும்தான்.

இப்போதைக்கு Write என்பதன் Past Tense சொல் Wrote என்றுமட்டுமே நினைவில் வைத்துக்கொள்வோம். சென்ற அத்தியாயத்தில் நாம் கற்றுக்கொண்ட சூத்திரங்களை வைத்து Write என்ற வேலையைக் கொண்டு பலவிதமான வாக்கியங்களை அமைக்கலாம்:

1. I Wrote a Story
2. I Am Writing a Story
3. You Are Writing a Story
4. He Will Write a Story
5. She Wrote a Story

இப்போது அடுத்தகட்டமாக, பொருளுடன் 'க்கு' என்ற ஒட்டைச் சேர்ப்போம். உதாரணமாக, 'நான் பள்ளிக்குச் சென்றேன்.'

இங்கே ஆள், 'நான்' அதாவது 'I'.

வேலை, 'செல்லுதல்' அதாவது 'Go', அதன் Past Tense சொல் Goed அல்ல, Went.

ஆள் எங்கே சென்றான்?

பள்ளிக்குச் சென்றான்.

இந்த விடையில் 'க்கு' என்ற சொல் இருப்பதைக் கவனியுங்கள்.

'க்கு' வந்தால் பொருளுக்கு முன்னால் 'To' சேர்க்கவேண்டும் என்று ஏற்கனவே சொல்லியிருக்கிறோம்.

ஆக, இதை வாக்கியமாக அமைத்தால் I Went To School என்று வரும். இதுவே நிகழ்காலத்தில் I am going to school என்று ஆகும், வருங்காலத்தில் He will go to school என்று ஆகும். ஆனால் அனைத்திலும் 'To' இருக்கும்.

இதேபோல் நாம் பார்த்த பொருள் முன்னொட்டுகள்:

- *இதனால் என்று கூற : By*
- *எப்படி நிகழ்ந்தது என்பதைக் கூற: Because of*
- *எங்கிருந்து நிகழ்ந்தது என்பதைக் கூற: From*

இப்படிப் பல பொருள் முன்னொட்டுகள் இருப்பதால், சென்ற அத்தியாயத்தில் நாம் பார்த்த சூத்திரத்தைச் சற்றே விரிவுபடுத்துவோம்:

ஆள் ... வேலைக்கான முன்னொட்டு ... வேலை ... பொருளுக்கான முன்னொட்டு ... பொருள்.

ஆக, ஒரு வாக்கியத்துக்கு மூன்று பகுதிகள் உண்டு என்று தொடங்கினோம். இப்போது அதனை ஐந்து பகுதிகளாக மாற்றியிருக்கிறோம். இந்த ஐந்து பகுதிகளும் ஏன் வருகின்றன, எப்படி வருகின்றன, எப்போது வருகின்றன என்பதைத் தெளிவாக விளக்கியுள்ளோம். அவற்றை மீண்டும் ஒருமுறை முழுமையாகப் படித்துவிட்டுக் கீழே கொடுக்கப்பட்டிருக்கும் பயிற்சி வாக்கியங்களை ஆங்கிலத்துக்கு மாற்றிப் பழகுங்கள்.

1. அவன் இட்லி சாப்பிட்டான்
2. நீ வீட்டுக்குச் செல்கிறாய்
3. நீங்கள் நடனம் ஆடுகிறீர்கள்
4. இரவாகிவிட்டதால் அவன் தூங்குகிறான்
5. அவன் மேடையிலிருந்து பேசுகிறான்
6. அவள் கணக்கில் நூறு மதிப்பெண் வாங்கியுள்ளாள்

7. அவர்கள் பாடல் பாடுகிறார்கள்
8. அவர்கள் இரண்டு பாடல்களைப் பாடுகிறார்கள்
9. நீ ஒப்பனை போட்டுக்கொள்கிறாய்
10. ராமன் மானைப் பார்த்தான்
11. சீதை காட்டில் நடப்பாள்
12. ராவணன் தோல்வி அடைவான்
13. நீங்கள் பேருந்தில் ஏறுகிறீர்கள்
14. அவர்கள் கார் ஓட்டுகிறார்கள்
15. அவர்கள் வரிசையில் நிற்கிறார்கள்

12. கேட்டால் கிடைக்கும்

தினசரிப் பேச்சில் முக்கியமான ஒரு தேவை, கேள்வி கேட்பது.

பல நேரங்களில் உரையாடல்கள் கேள்வியில்தான் தொடங்குகின்றன. 'எப்படி இருக்கீங்க?', 'ஊர்ல நல்ல வெயில், இல்லையா?', 'உங்க வீட்ல எல்லாரும் சௌக்கியமா?', 'இந்த ஊர்ல எங்கே நல்ல ஆடைகளை வாங்கலாம்?'... இப்படி.

ஆக, நமக்குப் பதில் சொல்லத் தெரிந்தால் போதாது. கேள்வி கேட்கவும் தெரியவேண்டும். அதற்கு நாம் கற்றுக்கொண்ட சூத்திரம் பயன்படுமா?

உதாரணமாக, உங்கள் மகனின் வகுப்பு ஆசிரியையிடம் நீங்கள் 'பையன் எப்படிப் பாடம் படிக்கிறான்?' என்று கேட்க விரும்புகிறீர்கள்.

'பையன்' என்பதற்கு ஆங்கிலச் சொல் 'Boy'. 'எப்படி?' என்பதற்கான ஆங்கிலச் சொல் 'How?', 'படித்தல்' என்பதற்கான ஆங்கிலச் சொல் 'Read', 'பாடம்' என்பதற்கான ஆங்கிலச் சொல் 'Lesson'.

நாம் ஏற்கனவே கற்றுக்கொண்ட சூத்திரத்தை வைத்து இதை வாக்கியமாக அமைக்க இயலுமா?

இங்கே ஆள் யார்?

பையன், Boy, அதாவது Third Person.

வேலை என்ன?

படித்தல், அதாவது, Reading. Third Person என்பதால் அதற்கு முன்னொட்டு 'Is'.

இங்கே பொருள் என்ன?

பாடம், அதாவது, Lesson. 'பாடத்தைப் படிக்கிறான்' என்று 'ஐ' வருவதால், பொருளுக்கு முன்னொட்டு கிடையாது.

நாம் கற்றுக்கொண்ட சூத்திரம் என்ன?

ஆள் வேலைக்கான முன்னொட்டு வேலை பொருளுக்கான முன்னொட்டு - பொருள்

Boy is reading lesson.

இந்த வாக்கியம் சரிதான். ஆனால் இது கேள்வி இல்லையே! 'Boy is reading lesson' என்றால் 'பையன் பாடம் படிக்கிறான்' என்றுதான் அர்த்தம். 'பையன் எப்படிப் பாடம் படிக்கிறான்?' என்று நாம் கேள்வி எழுப்பவில்லை.

ஆக, நாம் இதுவரை பார்த்த சூத்திரம் பதில் வாக்கியங்களைப் பேசதான் பயன்படும். கேள்வி கேட்கப் பயன்படாது. அதற்கு நாம் இன்னொரு வாக்கிய அமைப்பைப் பயன்படுத்தவேண்டும்.

கேள்வி வாக்கியங்களில் ஆள், வேலை, பொருள் இவற்றோடு கூடுதலாக 'கேள்வி' என்ற ஒன்றும் வரும். உதாரணமாக, இந்த வாக்கியத்தில் 'எப்படி?' என்பது ஒரு கேள்விச் சொல்.

இப்படிப் பொதுவாக வழக்கத்தில் உள்ள கேள்விச் சொற்கள் இவை:

1. ஏன்? Why?
2. எப்படி? How?
3. எங்கே? Where?
4. எவ்வளவு? How Much?
5. எத்தனை? How Many?
6. யார்? Who?
7. எந்த? Which?
8. எப்போது? When?

இப்போதைக்கு இந்தக் கேள்விச் சொற்கள் போதும். இவற்றை வைத்து வாக்கியங்களைக் கற்றுக்கொள்வோம்.

கேள்வி வாக்கியங்களை அமைப்பதற்கான சூத்திரம்:

கேள்வி வேலைக்கான முன்னொட்டு ஆள் வேலை பொருளுக்கான முன்னொட்டு பொருள்.

அதாவது முந்தைய சூத்திரத்தில் ஆரம்பத்தில் இருந்த 'ஆள்'ஐத் தூக்கி, வேலைக்கான முன்னொட்டுக்கும் வேலைக்கும் நடுவே வைத்துவிடுகிறோம். முன்பு ஆள் இருந்த இடத்தில் கேள்விச் சொல் வருகிறது. அவ்வளவுதான்.

இப்போது இந்த வாக்கியத்தை மீண்டும் சரியாக அமைக்க முயற்சி செய்வோம்.

முதலில் கேள்விச் சொல். 'எப்படி?', அதாவது, 'How?'

அடுத்து, வேலைக்கான முன்னொட்டு, இதை ஏற்கெனவே பார்த்துவிட்டோம்: Is.

அடுத்து, ஆள் அதாவது Boy.

இங்கே Boy என்பது ஒரு குறிப்பிட்ட நபரைப்பற்றிப் பேசாமல், பொதுவாக 'பையன்' என்று வருவதால், அதை 'The Boy'

என்று எழுதவேண்டும். இங்கே அந்தப் பையனின் பெயர் இருந்தால், 'The' சேர்க்கவேண்டியதில்லை. நேரடியாகப் பெயரையே எழுதலாம்.

அடுத்து, வேலை, அதாவது Reading.

அடுத்து, பொருள், 'Lesson', இதுவும் குறிப்பிட்ட பாடத்தைப்பற்றிப் பேசாமல், பொதுவாகப் 'பாடம்' என்று வருவதால், அதை 'The Lesson' என்று எழுதவேண்டும். அதற்கு முன்னொட்டு எதுவும் தேவையில்லை என்று ஏற்கெனவே பார்த்தோம்.

ஆக இவற்றைத் தொகுத்தால் என்ன வருகிறது?

How is the boy reading the lesson?

அவ்வளவுதான். ஓர் எளிய கேள்வி வாக்கியத்தை அமைத்துவிட்டோம்!

இதேபோல வேறொரு வாக்கியம், 'நான் எப்படி ஆடுகிறேன்?' என்று கேட்போமா?

How am I dancing?

இன்னொரு வாக்கியம், 'நீங்கள் ஏன் தொப்பி அணிகிறீர்கள்?' என்று கேட்போமா?

Why are you wearing a cap?

அவ்வளவுதான் பதில் வாக்கியத்தையே கொஞ்சம் மாற்றி கேள்வி வாக்கியமாகப் பேசத் தெரிந்துகொண்டுவிட்டோம். இதை வைத்து நீங்கள் பலவிதமான கேள்விகளைக் கேட்கலாம், உரையாடலைத் தொடங்கலாம்.

இப்போது, சில பயிற்சி வாசகங்கள். இவற்றை ஆங்கிலத்தில் மாற்றிப்பாருங்கள்:

1. நீங்கள் எப்படி சைக்கிள் ஓட்டுகிறீர்கள்?
2. அவன் எப்படிப் போட்டியில் வென்றான்?

3. அவன் ஏன் உட்கார்ந்திருக்கிறான்?
4. அவளுடைய வயது எவ்வளவு?
5. நீங்கள் எங்கே வசிக்கிறீர்கள்?
6. மாணிக்கம் எந்த வகுப்பில் படிக்கிறான்?
7. நான் எவ்வளவு உப்பு சேர்க்கவேண்டும்?
8. நீங்கள் பிறந்தநாளை எப்போது கொண்டாடுவீர்கள்?
9. இந்தப் புத்தகம் எப்போது வெளியானது?
10. உங்கள் ஊரில் மைதானம் உள்ளதா?
11. அவர் ஏன் நடந்து செல்கிறார்?
12. நாம் எங்கே செல்கிறோம்?
13. சரவணன் எப்போது வருவான்?
14. அவள் எங்கே வேலை செய்கிறாள்?
15. நீங்கள் எத்தனை நாள் தங்குவீர்கள்?

சுருக்கமாச் சொல்லணும்ன்னா...

- கேள்வி வாக்கியங்களுக்கான சூத்திரம்: கேள்விச் சொல் - வேலைக்கான முன்னொட்டு - ஆள் - வேலை - பொருளுக்கான முன்னொட்டு - பொருள்

- பொது வாக்கியங்களுக்கான சூத்திரத்தில் ஆள் உள்ள இடத்தில் கேள்விச் சொல்லைச் சேர்த்து, ஆளைத் தூக்கி வேலைக்கான முன்னொட்டுக்கும் வேலைக்கும் இடையில் வைத்தால், அது கேள்வி வாக்கியமாக மாறிவிடும்

13. மாத்தி யோசி

இதுவரை நாம் பதில் சொல்லத் தெரிந்துகொண்டோம். கேள்வி கேட்கத் தெரிந்துகொண்டோம். இப்போது இரண்டையும் இணைத்துப் பார்க்கலாம்.

அதாவது, ஒருவர் கேள்வி கேட்கும்போது அதை வைத்தே பதில் சொல்வது எப்படி?

கேள்விகளுக்குப் பதில் சொல்வதில் ஒரு சௌகரியம், நாம் சொற்களுக்குத் தடுமாற வேண்டியதில்லை. கேள்வி கேட்பவரே 75% சொற்களைக் கண்டுபிடித்துக் கேட்டுவிடுவார். அவற்றைக் கொஞ்சம் மாற்றி அமைத்தால் நமக்குப் பதில் கிடைத்துவிடும்.

உதாரணமாக:

'இந்தியாவின் பிரதமர் யார்?'

'இந்தியாவின் பிரதமர் நரேந்திர மோடி.'

இங்கே 'இந்தியா', 'பிரதமர்' என்ற சொற்கள் கேள்வியிலேயே இருக்கின்றன. அவற்றோடு 'நரேந்திர மோடி'யைச் சேர்த்தால் பதில் வந்துவிடுகிறது. ஆங்கிலத்திலும் இப்படித்தான்.

இது மிகவும் நுட்பமான சங்கதி. ஆனால் இதைத் தெரிந்து கொண்டுவிட்டால், சொற்களுக்குத் திணற வேண்டியதில்லை, எந்த ஆங்கிலக் கேள்விக்கும் ஆங்கிலத்தில் பதில் சொல்லி விடலாம்.

இப்போது, இந்த வாக்கியத்தை ஆங்கிலத்தில் அமைப்போம்:

'Who is India's Prime Minister?'

இந்தியாவின் பிரதமர் நரேந்திர மோடி என்பது உங்களுக்குத் தெரியும். ஆகவே, இந்தக் கேள்விக்கு 'நரேந்திர மோடி' என்று ஒரே சொல்லில் பதில் சொன்னாலும் போதும். ஆனால், நம் பயிற்சிக்காக 'இந்தியாவின் பிரதமர் நரேந்திர மோடி' என்று சொல்லிப் பழகுவோம்.

இதில் 'நரேந்திர மோடி' என்பதைத் தவிர மற்ற எல்லாச் சொற்களும் அந்தக் கேள்வி வாக்கியத்திலேயே இருக்கின்றன: India's Prime Minister is Narendra Modi.

கேள்வியையும் பதிலையும் கவனித்துப்பாருங்கள். கேள்வியில் கடைசியாக இருந்த 'India's Prime Minister' பதிலில் முன்னால் வந்துவிட்டது, கேள்வியில் நடுவில் இருந்த 'is' பதிலிலும் அதே இடத்தில் இருக்கிறது. கேள்வியில் இருந்த 'Who' என்ற கேள்விச் சொல் பதிலில் இல்லை. அதற்குப் பதிலாக 'Narendra Modi' என்ற பதில் இருக்கிறது.

ஆக, கேள்வி வாக்கியத்தைத் தலைகீழாகத் திருப்பிப்போட்டால் அது பதில் வாக்கியம், அவ்வளவுதான்.

இதில் வேறு சில நுட்பங்கள் உண்டு. அவற்றைப் பார்ப்பதற்கு முன்னால் சில கேள்விகளையும் அவற்றின் பதில்களையும் தருகிறோம். கேள்வி எப்படி பதிலாக மாறியுள்ளது என்பதைக் கவனித்துக் கொள்ளுங்கள்.

'Where is Saravanan?'

'Saravanan is in Kitchen.'

எல்லாரும் பேசலாம் இங்கிலீஷ்

'Who is the leader?'

'The leader is Mr. Varun.'

'When is Deepavali?'

'Deepavali is in November.'

இந்த வாக்கியங்கள் அனைத்தையும் கொஞ்சம் கவனித்துப் பார்த்தீர்களானால், ஒரு விஷயம் புரியும். இவற்றில் 1st Person அல்லது 2nd Person இல்லை. அத்தனை கேள்விகளும் யாரோ ஒரு 3rd Person பற்றியவை. அத்தனை பதில்களும் யாரோ ஒரு 3rd Person பற்றியவை.

1st Personல் ஒரு கேள்வி, பதில் பார்ப்போமா?

'Who am I?'

'You are Bharath.'

இங்கே கேள்வியில் 1st Person இருக்கிறது. ஆனால், பதிலில் 2nd Person வந்துவிடுகிறது.

2nd Personல் ஒரு கேள்வி, பதில் பார்ப்போமா?

'What is your name?'

'My name is Bharath.'

இங்கே கேள்வியில் 2nd Person இருக்கிறது. ஆனால், பதிலில் 1st Person வந்துவிடுகிறது.

ஆக, நாம் மேலே பார்த்த "கேள்வியைத் திருப்பிப்போட்டால் பதில்" என்கிற சூத்திரத்தை இப்படி விரிவுபடுத்துவோம்:

- கேள்வி 1st Personஐப்பற்றியது என்றால், பதிலில் 2nd Person வரவேண்டும்

- கேள்வி 2nd Personஐப்பற்றியது என்றால், பதிலில் 1st Person வரவேண்டும்
- கேள்வி 3rd Personஐப்பற்றியது என்றால், பதிலில் அந்த 3rd Person அப்படியே வரவேண்டும்

இதை விரிவாக விளக்கும் அட்டவணை இங்கே:

கேள்வியில் உள்ள சொல்	பதிலில் பயன்படுத்தவேண்டிய சொல்
I	You
You	I (ஒருமை) அல்லது We (பன்மை)
We	You
My	Your
Your	My (ஒருமை) அல்லது Our (பன்மை)
Our	Your
He	He
She	She
His	His
Her	Her
Name	Name

இப்போது மேலே நாம் தந்துள்ள கேள்வி, பதில்களை மீண்டும் வாசியுங்கள். இந்தத் 'திருப்பிப்போடும்' சூத்திரம் எப்படிப் பயன்பட்டுள்ளது என்று காணுங்கள்.

ஒரு பயிற்சியாக, சென்ற அத்தியாயத்தில் தரப்பட்ட பதினைந்து கேள்விகளுக்கும் பதில் எழுதுங்கள். இந்தச் சூத்திரம் எப்படிப் பயன்படுகிறது என்பதைக் கவனியுங்கள்.

சுருக்கமாச் சொல்லணும்ன்னா...

- கேள்வியைத் திருப்பிப்போட்டால் பதில். சொல் தேடுகிற அவஸ்தை குறைவு, கேள்விக்குப் பதில் தெரிந்தால் அதை வாக்கியமாக எளிதில் அமைத்துவிடலாம்

- கேள்வியில் 1st Person/ 2nd Person இருந்தால், அதையும் திருப்பிப்போடவேண்டும், அதாவது 1st Personஐ 2nd Personஆகவும், 2nd Personஐ 1st Personஆகவும் மாற்றவேண்டும்

14. சொல்வளம்

இதுவரை ஓர் எளிய இலக்கண முறைப்படி வாக்கியங்களை எப்படி அமைப்பது என்று தெரிந்துகொண்டோம். இதனைச் செய்வதற்கு நமக்கு ஆள், வேலை, பொருள் என்ற மூன்று அம்சங்கள் தேவைப்பட்டன. கேள்வி கேட்பதற்குக் கூடுதலாகக் 'கேள்வி' என்ற நான்காவது அம்சமும் தேவைப்பட்டது.

இந்த நான்கு அம்சங்களும் ஆங்கிலத்தில் உள்ளன. ஆக, உங்களுக்கு ஆங்கிலச் சொற்கள் தெரிந்திருக்கவேண்டும்.

உதாரணமாக, 'பேனா' என்பதற்கான ஆங்கிலச் சொல் 'Pen'. இது உங்களுக்குத் தெரியாவிட்டால் என்னதான் இலக்கணம் தெரிந்திருந்தாலும் '*I bought a pen*' என்ற வாக்கியத்தை உங்களால் எழுத இயலாது.

ஆக, இந்த அடிப்படை விஷயங்களைமட்டும் வைத்துக்கொண்டு வாக்கியங்களை அமைக்கவேண்டுமென்றால் உங்களுக்கு நிறைய சொற்கள் தெரிந்திருப்பது அவசியம். அதற்கு என்ன செய்வது? சொற்களை எப்படித் தெரிந்துகொள்வது?

எல்லாரும் பேசலாம் இங்கிலீஷ்

ஆங்கிலத்தில் பல்லாயிரக்கணக்கான சொற்கள் இருக்கின்றன. அவற்றில் நாம் தினமும் பயன்படுத்தும் சொற்கள் என்று பார்த்தால் சில நூறுதான்.

இவையும் இரண்டுவிதமாக அமையும்: எல்லாருக்கும் பொதுவான சொற்கள், ஒவ்வொருவரும் தங்கள் தேவைக்கேற்பப் பயன்படுத்தும் சொற்கள்.

உதாரணமாக, போனேன், வந்தேன், சாப்பிட்டேன், எழுதினேன், படித்தேன், பேனா, பென்சில், புத்தகம் போன்ற சில சொற்கள் எல்லாருக்கும் பொருந்தும். ஆனால், தபால் நிலையம் செல்கிற ஒருவருக்குக் கடிதம், தபால்தலை, முகவரி போன்ற சில சொற்கள் கூடுதலாகத் தேவைப்படும். அவை மற்ற நேரங்களில் அவருக்கு அவ்வளவாக அவசியப்படாது.

ஆக, சில பொதுச் சொற்கள், யாரிடம் பேசுகிறோம், எங்கே பேசுகிறோம் என்பதைப் பொறுத்து மாறும் சில கூடுதல் சொற்கள்... இவைதான் நமக்குத் தேவை.

அதேசமயம், 'உங்களுக்கு இந்த 500 சொற்கள் தெரிந்தால் போதும்' என்கிற ஒரு பட்டியலை யாராலும் தர இயலாது. அப்படி ஒரு பட்டியல் உண்டென்றால் அதை நீங்கள்தான் உருவாக்கவேண்டும். காரணம், உங்கள் தேவை பிறரிடமிருந்து மாறுபடும்.

இதற்கு ஓர் எளிய வழி, நாம் தினமும் என்னவெல்லாம் ஆங்கிலத்தில் பேச விரும்புகிறோம் என்பதை ஒரு நோட்டுப் புத்தகத்தில் தமிழில் எழுதிக்கொள்வது.

உதாரணமாக, நீங்கள் ஒருவரிடம் "இன்றைக்கு மழை பெய்ததா?" என்று கேட்கவேண்டுமென்று வைத்துக்கொள்வோம். அதை அப்படியே தமிழில் எழுதிக்கொள்ளுங்கள். அப்போது உங்களுக்கே என்னென்ன சொற்கள் தேவை, அதில் எது நமக்குத் தெரியும், எது தெரியாது என்று புரியத்தொடங்கும்: இன்று, மழை, பெய்தல்... இந்த மூன்று சொற்களும் தெரிந்தால்தான் இந்த வாக்கியத்தை நம்மால் பேச இயலும்.

இதுபோல தினமும் நீங்கள் பேச விரும்பும் வாக்கியங்களை, சொற்களைத் தமிழில் எழுதிவர ஆரம்பித்தீர்கள் என்றால், சில நாள்களுக்குள் நீங்களே உங்களுக்கு அவசியம் தெரியவேண்டிய சொற்களைப் பட்டியலிட்டுவிடுவீர்கள். அதன்பிறகு, ஒரு நல்ல தமிழ், ஆங்கில அகராதியை வாங்கிக்கொண்டு (அல்லது, இணையத்தில் translate.google.com வசதியைப் பயன்படுத்தி) அந்தச் சொற்கள் அனைத்துக்கும் உரிய ஆங்கிலச் சொற்களைத் தேடுங்கள், அந்தந்தச் சொற்களின் பக்கத்திலேயே அவற்றையும் எழுதிக்கொள்ளுங்கள்.

ஆரம்பத்தில் இந்தச் சொற்களை மனப்பாடம் செய்து கொண்டால்கூட நல்லதுதான். பின்னர் உங்களுக்கே அந்தச் சொற்கள் நன்கு மனத்தில் பதிந்துவிடும். அதன்பிறகு, சரியான நேரத்தில் சரியான சொல்லைத் தேர்ந்தெடுத்துப் பேசுவதில் தடையிருக்காது.

ஒரு விஷயம், இந்தப் பயிற்சியை எப்போதும் நிறுத்தக்கூடாது. யாரிடம் பேசும்போதும் கிடைக்கிற புதுச்சொற்களை அடையாளம் கண்டு, தெரிந்துகொள்ளவேண்டும். தொடர்ந்து கற்றுக்கொண்டே இருக்கவேண்டும். இதில் தளர்வோ, அவமான உணர்ச்சியோ இருக்கலாகாது. சொல் பெருகினால்தான் நம் வாக்கியங்கள் மேம்படும்.

சுருக்கமாச் சொல்லணும்ன்னா...

- உங்களுக்கு அவசியமான சொற்களின் பட்டியலை உருவாக்குங்கள். அதற்கு நீங்கள் முதலில் வாசகங்களைத் தமிழில் எழுதவேண்டும், தெரியாத சொற்களைக் குறித்துக் கொள்ளவேண்டும், அகராதியைப் பார்க்கவேண்டும்.

- இப்படி உருவான சொல் பட்டியலைத் தொடர்ந்து கவனித்துவாருங்கள், கடினமான சொற்களை மனப்பாடம் செய்யுங்கள், தொடர்ந்து அதில் புதிய சொற்களைச் சேர்த்துக்கொண்டே இருங்கள்.

15. அக்கவுன்ட் ஆரம்பம்!

மூன்று வகையான விஷயங்களை ஆங்கிலத்தில் பேசக் கற்றுக்கொண்டுவிட்டோம்: நமக்கு இப்போது வாக்கியங்களை அமைக்கத் தெரியும். கேள்வி கேட்கத் தெரியும். யாராவது கேள்வி கேட்டால் பதில் சொல்லத் தெரியும்.

இவ்வளவுதான் ஆங்கிலமா என்றால், ஆமாம், இல்லை!

'ஆமாம்' என்று சொல்லக் காரணம், ஆங்கிலப் பேச்சின் அடிப்படை வாக்கிய அமைப்புகள் இந்த மூன்றும்தான். இவற்றை நன்றாகப் பேசக் கற்றுக்கொண்டுவிட்டால், பெரும்பாலான சந்தர்ப்பங்களில் நீங்கள் சொல்ல விரும்பியதைச் சொல்லிவிடலாம், பிறருடன் உரையாடிவிடலாம்.

நாம் தொடக்கத்தில் சொன்னதுபோல, கடகடவென்று ஆங்கிலம் பேசவேண்டும் என்று இப்போதே ஆசைப்படாதீர்கள். அது இயல்பாக நிகழும். அதுவரை மற்றவர்கள் ஒரு நிமிடத்தில் சொல்கிற ஒரு விஷயத்தை நீங்கள் ஐந்து நிமிடத்தில் சொன்னாலும் பரவாயில்லை. நிறுத்தி நிதானமாக சொற்களை, வாக்கிய அமைப்புகளைச் சிந்தித்துப் பயன்படுத்திப் பேசினால் கண்டிப்பாகச் சொல்லவந்த விஷயத்தைச் சொல்லிவிடலாம். நமக்கு அதுதானே முக்கியம்?

இப்படிப் பேசப்பேச, உங்களுக்கு என்னென்ன சொற்கள் தெரியவில்லை என்பது தெரியத்தொடங்கும். 10 வாக்கியம் பேசினால் 20 புதிய சொற்கள் நமக்குத் தெரியவில்லை என்று புரிந்துகொள்வீர்கள்.

பரவாயில்லை. ஆங்கிலத்தில் அனைத்துச் சொற்களையும் அறிந்தவர் என்று ஒருவருமே கிடையாது. எல்லாரும் கொஞ்சம் கொஞ்சமாகச் சொற்களைக் கற்றுக்கொள்கிறவர்கள்தான். நாம் ஒவ்வொரு சொல்லாக நம்முடைய வார்த்தை வங்கியில் சேர்த்துக்கொள்ளத் தயாராக இருக்கும்வரை, இப்போது நம்முடைய வார்த்தை வங்கிக் கணக்கு காலியாக இருக்கிறது என்று கவலைப்படவேண்டாம். நூறு ரூபாய் பேலன்ஸில் ஆரம்பித்து நூறு நூறு ரூபாயாகக் கோடிக்கணக்கில் சேர்த்துக்கொள்ளலாம்.

இப்போது கடகடவென்று ஆங்கிலம் பேசுகிற அத்தனைபேரும் நூறு ரூபாயோடு தங்களுடைய வங்கிக்கணக்கைத் தொடங்கியவர்கள்தான். அவர்கள் நூறு நூறு ரூபாயாகச் சேர்த்ததுபோல் நீங்களும் சேர்த்தால், விரைவில் உங்களுக்கும் அதுபோல் பேசவரும்.

வார்த்தைகள் ஒருபக்கமிருக்க இலக்கண நுட்பங்களும் ஆங்கிலத்தில் இன்னும் நிறைய இருக்கின்றன. உதாரணமாக இந்தப் புத்தகத்திலேயே பல விஷயங்கள் விளக்கமாக இல்லை. இதைப்போல் பல புத்தகங்கள் எழுதுமளவு ஆங்கில இலக்கண நுட்பங்கள் இருக்கின்றன.

அதைப்பற்றிக் கவலைப்படாதீர்கள். அவற்றைப் பின்னர் தெரிந்துகொள்ளலாம். வங்கிக் கணக்கைத் தொடங்கி, அதில் சேமித்து, வட்டியைப் பெற்று, அதன்மூலம் வாழ்க்கையைத் திருப்தியாக நடத்துவது முதல்படி. அதன்பிறகு, சொத்துகளை வாங்கி, திறமையாக முதலீடு செய்து இன்னும் நிறைய சம்பாதிப்பது இரண்டாவது படி. அந்த இரண்டாம் படியை நாம் பிறகு பார்க்கலாம். இப்போதைக்கு எளிய வாக்கிய அமைப்புகளைப் பயன்படுத்திப் பிறருடன் உரையாடுவதில் கவனம் செலுத்தலாம்.

இந்தப் புத்தகத்தில் தரப்பட்டுள்ள மூன்று வாக்கிய அமைப்புகளின்படி நீங்கள் பேசத்தொடங்கினால் சற்றே மெதுவாகப் பேசினாலும் நீங்கள் சொல்ல விரும்புவதைத் தெளிவாகச் சொல்வீர்கள். அதன்மூலம் உங்கள் தன்னம்பிக்கை பெருகும். அதன்பிறகு, இன்னும் சரளமாகப் பேசப் பழகிவிடுவீர்கள். இது உறுதி.

தொடர்ந்து பயிற்சி செய்யுங்கள். தவறாகப் பேசிவிடுவோமோ என்கிற கூச்சமேதும் இல்லாமல் சரியாகமட்டும்தான் பேசவேண்டும் என்ற பிடிவாதம் இல்லாமல் பேசிக்கொண்டே இருங்கள். சிரிக்கிறவர்களைப்பற்றிக் கவலைப்படாதீர்கள். உங்களைப்பார்த்து நீங்கள் சிரிக்காதவரை எந்த அவமானமும் இல்லை. தொடர்ந்து முன்னேறிக்கொண்டிருப்பதுதான் முக்கியம். வாழ்த்துகள்.

சுருக்கமாச் சொல்லணும்ன்னா...

- ஆல் தி பெஸ்ட்!

பின்னிணைப்புகள்

தினசரி வாழ்க்கையில் நீங்கள் செல்லக்கூடிய சில இடங்களை எடுத்துக்கொண்டு, அங்கே கேட்கப்படும் சில எளிய கேள்விகள், பதில்களைத் தமிழில், ஆங்கிலத்தில் தந்திருக்கிறோம். இவற்றைக் கவனமாகப் பார்த்துப் புரிந்துகொள்ளுங்கள். இதேபோன்ற கேள்விகளை அமைத்துப் பழகுங்கள்.

சில இடங்களில் தமிழுக்கும் ஆங்கிலத்துக்கும் சிறிய வித்தியாசங்கள் இருக்கும், அது பிழையல்ல, அந்தப் பயன்பாடுகள் ஆங்கிலத்துக்கே உரியவை என்று தெரிந்துகொள்ளுங்கள்.

உதாரணமாக, 'ரயில் சரியான நேரத்தில் வருகிறதா?' என்பதை ஆங்கிலத்தில் 'Is the train coming on time?' என்று கேட்டால் தவறில்லை. அதேசமயம், 'Is the train running on time?' என்று கேட்பது இன்னும் அழகாக இருக்கும்.

அதேபோல், Idioms and Phrases எனப்படும் பயன்பாடுகள் அந்தந்த மொழிக்குரியவை. உதாரணமாக, 'I am on cloud nine' என்று ஒருவர் சொன்னால், அவர் மிகவும் மகிழ்ச்சியாக இருக்கிறார் என்று பொருள்.

எல்லாரும் பேசலாம் இங்கிலீஷ்

இப்படி ஆங்கிலத்துக்கே உரிய பயன்பாடுகள் இந்த உரையாடல்களில் சில இடங்களில் வரும், அவற்றைத் தமிழோடு ஒப்பிட்டுப் புரிந்துகொள்ளுங்கள். அதன்பிறகு, உங்கள் பேச்சில் அவற்றைப் பயன்படுத்தத் தொடங்குங்கள்.

பின்னிணைப்பு 1: ரயில் நிலையத்தில்

1. ரயில் எப்போது வரும்?
   When will the train come?

   ரயில் எட்டு மணிக்கு வரும்.
   The train will come at 8 pm.

2. இந்த ரயில் எங்கே செல்கிறது?
   Where is this train going?

   இந்த ரயில் மதுரைக்குச் செல்கிறது.
   This train is going to Madurai.

3. எங்கே பயணச்சீட்டு வாங்கவேண்டும்?
   where can I buy the ticket?

   அந்தக் கவுன்டரில் பயணச்சீட்டு வாங்கலாம்.
   You can buy the ticket in that counter.

4. எங்கே உணவகம் உள்ளது?
   Where is the hotel?

   உணவகம் வலப்பக்கம் உள்ளது
   The hotel is on the right side.

5. பிளாட்ஃபார்ம் 2க்கு எப்படிச் செல்வது?
   How can I go to Platform 2?

   பிளாட்ஃபார்ம் 2க்குப் படிகளில் ஏறிச் செல்லவேண்டும்.
   You can go to Platform 2 through steps.

6. டி.டி..ஆர். எங்கே?
   Where is the TTR?

   டி.டி..ஆர். அங்கே உட்கார்ந்திருக்கிறார்.
   TTR is sitting there.

7. பயணக் கட்டணம் எவ்வளவு?
   How much is the ticket fare?

   பயணக் கட்டணம் இருபது ரூபாய்.
   The ticket fare is Rs.20.

8. குழந்தைகள் இங்கே வரலாமா?
   Can children come here?

   ஆம், குழந்தைகள் இங்கே வரலாம்.
   Yes, Children can come here.

9. தண்ணீர் எங்கே கிடைக்கும்?
   Where can I get water?

   தண்ணீர் கடையில் கிடைக்கும்.
   You can get water in the shop.

10. ரயில் சரியான நேரத்துக்கு வருகிறதா?
    Is the train coming on time?

    ஆம், ரயில் சரியான நேரத்துக்கு வருகிறது.
    Yes, the train is coming on time.

பின்னிணைப்பு 2: பள்ளியில்

1. இந்தப் பள்ளியின் பெயர் என்ன?
   What is the name of this school?

எல்லாரும் பேசலாம் இங்கிலீஷ்

இந்தப் பள்ளியின் பெயர் வித்யாலயா.
Name of this school is Vidyalaya.

2. இங்கே எத்தனை மாணவர்கள் படிக்கிறார்கள்?
How many students are studying here?

இங்கே நூறு மாணவர்கள் படிக்கிறார்கள்.
Hundred students are studying here.

3. எப்போது பள்ளி தொடங்கும்?
When will the school start?

பள்ளி எட்டு மணிக்குத் தொடங்கும்.
The school will start at 8am.

4. என் மகன் எப்படிப் படிக்கிறான்?
How is my son studying?

உங்கள் மகன் நன்றாகப் படிக்கிறான்.
Your son is studying well.

5. பள்ளிக்கு எப்போது விடுமுறை?
When are the school holidays?

பள்ளிக்கு மே மாதம் விடுமுறை.
School holidays are in the month of May.

6. வகுப்பு II-B எங்கே இருக்கிறது?
Where is class II-B?

வகுப்பு II-B அந்த மூலையில் இருக்கிறது.
Class II-B is in that corner.

7. சீருடை எப்போது தருவார்கள்?
When will they issue the uniforms?

சீருடை அடுத்த வாரம் தருவார்கள்.
They will issue the uniforms next week.

8. முதல்வர் அறைக்கு எப்படிச் செல்வது?
   How to go to the Principal's room?

   முதல்வர் அறைக்கு இப்படிச் செல்லலாம்.
   You can go to the Principal's room this way.

9. கல்விக் கட்டணம் செலுத்தக் கடைசித் தேதி எப்போது?
   When is the last date for paying the education fees?

   கல்விக் கட்டணம் செலுத்தக் கடைசித் தேதி நாளை.
   Tomorrow is the last date for paying the education fees.

10. எந்தப் பெயருக்குக் காசோலை எழுதவேண்டும்?
    Which name should be written in the cheque?

    பள்ளியின் பெயருக்குக் காசோலை எழுதவேண்டும்.
    The school's name should be written in the cheque.

பின்னிணைப்பு 3: சூப்பர் மார்க்கெட்டில்

1. இங்கே காய்கறிகள் கிடைக்குமா?
   Can we get vegetables here?

   ஆம், இங்கே காய்கறிகள் கிடைக்கும்.
   Yes, you can get vegetables here.

2. காய்கறிகள் கிடைக்கும் இடம் எங்கே?
   Where are the vegetables available?

   காய்கறிகள் அங்கே கிடைக்கும்.
   The vegetables are available there.

3. இந்தப் பொட்டலம் சிறிய அளவில் கிடைக்குமா?
   Will this pocket be available in small size?

இந்தப் பொட்டலம் சிறிய அளவில் கிடைக்கும்.
This pocket will be available in small size.

4. இந்தப் பொருளுக்கு உத்தரவாதம் உண்டா?
Is there guarantee for this product?

இந்தப் பொருளுக்கு ஐந்து ஆண்டு உத்தரவாதம் உண்டு.
There is five years guarantee for this product.

5. எங்கே பணம் செலுத்துவது?
Where to pay the money?

பணத்தைக் கவுன்டரில் செலுத்தவேண்டும்.
You have to pay the money in the counter.

6. நான் எவ்வளவு பணம் செலுத்தவேண்டும்?
How much I have to pay?

நீங்கள் நூறு ரூபாய் செலுத்தவேண்டும்.
You have to pay Rs.100.

7. இந்தப் பொருளுக்குத் தள்ளுபடி கிடைக்குமா?
Will I get discount for this product?

இந்தப் பொருளுக்கு 8% தள்ளுபடி கிடைக்கும்.
You will get 8% discount for this product.

8. என் பொருள்களை வீட்டில் கொண்டுவந்து தருவீர்களா?
Will you deliver my goods at home?

ஆம், உங்கள் பொருள்களை வீட்டில் கொண்டுவந்து தருவோம்.
Yes, we will deliver your goods at home.

9. இந்தக் கடை ஞாயிற்றுக்கிழமை திறந்திருக்குமா?
Will this shop be open on Sundays?

ஆம், இந்தக் கடை ஞாயிற்றுக்கிழமை திறந்திருக்கும்.
Yes, this shop will be open on Sundays.

10. உங்களுக்கு வேறு கிளைகள் உண்டா?
    Do you have any other branches?

    ஆம், எங்களுக்கு எட்டுக் கிளைகள் உண்டு.
    Yes, we have eight other branches.

பின்னிணைப்பு 4: விருந்தினரை வரவேற்றல்

1. பயணம் சுகமாக இருந்ததா?
   Was the journey comfortable?

   ஆம், பயணம் சுகமாக இருந்தது.
   Yes, the journey was comfortable.

2. உங்கள் வீட்டில் எல்லாரும் நலமா?
   Is everyone fine at your home?

   எங்கள் வீட்டில் எல்லாரும் நலம்.
   Everyone is fine at our home.

3. ரயில் எத்தனை மணிக்கு வந்தது?
   When did the train reach?

   ரயில் எட்டு மணிக்கு வந்தது.
   The train reached at 8am.

4. காலை உணவு சாப்பிடுகிறீர்களா?
   Will you take breakfast?

   ஆம், நான் காலை உணவு சாப்பிடுவேன்.
   Yes, I will take breakfast.

5. உங்களுக்குக் குளிக்க வெந்நீர் வேண்டுமா, அல்லது பச்சைத் தண்ணீரா?
   Will you prefer hot water or cold water for bathing?

எனக்குக் குளிக்கப் பச்சைத் தண்ணீர் வேண்டும்.
I will prefer cold water for bathing.

6. உங்களுக்கு இட்லி பிடிக்குமா?
   Do you like idlies?

   எனக்கு இட்லி பிடிக்கும்.
   I like idlies.

7. இப்போதுதான் முதன்முறை இந்த ஊருக்கு வருகிறீர்களா?
   Is this your first visit to this city?

   ஆம், இப்போதுதான் முதன்முறை இந்த ஊருக்கு வருகிறேன்.
   Yes, this is my first visit to this city.

8. எங்கள் சமையல் உங்களுக்குப் பிடித்திருக்கிறதா?
   Do you like our cooking?

   உங்கள் சமையல் எனக்குப் பிடித்திருக்கிறது.
   I like your cooking.

9. நான் உங்களுக்கு காஃபி தரலாமா?
   Can I serve you coffee?

   நன்றி, நீங்கள் எனக்குக் காஃபி தரலாம்.
   Yes, you can serve me coffee.

10. உங்களுக்குப் பிடித்த உணவு எது?
    What is your favorite food?

    எனக்குப் பிடித்த உணவு, இட்லி.
    My favorite food is idly.

பின்னிணைப்பு 5: நேர்முகத்தேர்வு

1. உங்கள் பெயர் என்ன?
   What is your name?

என் பெயர் செல்வி.
My name is Selvi.

2. நீங்கள் என்ன படித்திருக்கிறீர்கள்?
What are your educational qualifications?

நான் BE படித்திருக்கிறேன், 87% மதிப்பெண் எடுத்திருக்கிறேன்.
I have completed BE with 87% score.

3. உங்களுடைய சான்றிதழ்கள் எங்கே?
Where are your certificates?

என்னுடைய சான்றிதழ்கள் இந்தக் கோப்பில் இருக்கின்றன.
My certificates are in this file.

4. நீங்கள் இப்போது எங்கே வேலை செய்கிறீர்கள்?
Where are you working now?

நான் இப்போது மனோஜ் என்டர்ப்ரைசஸ் என்ற நிறுவனத்தில் வேலை செய்கிறேன்.
I am working in a company called Manoj Enterprises now.

5. உங்களுடைய பலங்கள் என்ன?
What are your strengths?

என் பலங்கள் கடின உழைப்பு, விரைவாகக் கற்றுக்கொள்ளும் திறன்.
My strengths are hardworking and quick learning capacity.

6. என்ன சம்பளம் எதிர்பார்க்கிறீர்கள்?
What salary do you expect?

நான் மாதம் இருபத்தைந்தாயிரம் ரூபாய் சம்பளம் எதிர்பார்க்கிறேன்.
I am expecting a monthly salary of twenty five thousand Rupees.

7. இன்னும் ஐந்து வருடத்தில் நீங்கள் எங்கே இருப்பீர்கள்?
Where will you be in next five years?

8. இன்னும் ஐந்து வருடத்தில் நான் என்னுடைய துறையில் சிறந்த

நிபுணராக இருப்பேன்.
I will be an expert in my field, in next five years.

8. உங்களை நாங்கள் ஏன் தேர்ந்தெடுக்கவேண்டும்?
   Why should we select you?

   நான் இந்த வேலைக்குப் பொருத்தமாக இருப்பேன் என்பதால் நீங்கள் என்னைத் தேர்ந்தெடுக்கவேண்டும்.
   You should select me because I will be the best fit for this job.

9. உங்களால் எப்போது வேலையில் சேர இயலும்?
   When can you join this job?

   நான் அடுத்த மாதம் வேலையில் சேர இயலும்.
   I can join this job next month.

10. வேலைக்காக அடிக்கடி வெளியூர் செல்வதில் உங்களுக்குச் சம்மதமா?
    Are you willing to travel frequently to other cities?

    ஆம், வேலைக்காக அடிக்கடி வெளியூர் செல்வதில் எனக்குச் சம்மதம்.
    Yes, I am willing to travel frequently to other cities.

பின்னிணைப்பு 6: விழாக் கொண்டாட்டம்

1. இந்த மண்டபம் எங்கே இருக்கிறது?
   Where is this hall?

   இந்த மண்டபம் அந்தத் தெருவில் இருக்கிறது.
   This hall is in that street.

2. மாப்பிள்ளை எங்கே வேலை பார்க்கிறார்?
   Where is the groom working?

   மாப்பிள்ளை வங்கியில் வேலை பார்க்கிறார்.
   The groom is working in a bank.

3. முகூர்த்தம் எத்தனை மணிக்கு?
   What time is the muhurtha?

   முகூர்த்தம் ஏழு மணிக்கு.
   The muhurtha is at 7am.

4. சமையல்காரர் யார்?
   Who is the chef?

   சமையல்காரர் பெயர் ராமண்ணா.
   Ramanna is the chef.

5. தேனிலவுக்கு எங்கே செல்கிறீர்கள்?
   Where are you going for honeymoon?

   தேனிலவுக்குக் கொடைக்கானல் செல்கிறோம்.
   We are going to Kodaikkanal for honeymoon.

6. இன்றைக்கு உங்கள் அலுவலகம் விடுமுறையா?
   Is today a holiday for your office?

   ஆம், இன்றைக்கு எங்கள் அலுவலகம் விடுமுறை.
   Yes, today is a holiday for our office.

7. இன்றைக்கு நீ இனிப்பு செய்வாயா?
   Will you make sweets today?

   ஆம், இன்றைக்கு நான் இனிப்பு செய்வேன்.
   Yes, I will make sweets today.

8. விழாவுக்கு யாரெல்லாம் வருகிறார்கள்?
   Who are coming for the festival?

   விழாவுக்கு என் அத்தை, மாமா, தாத்தா, பாட்டி வருகிறார்கள்.
   My aunt, uncle, grandfather and grandmother are coming for the festival.

9. இந்த விழா எதற்காகக் கொண்டாடப்படுகிறது?
   Why is this festival celebrated?

இந்த விழா உழவர்களுக்கு மரியாதை செலுத்துவதற்காகக் கொண்டாடப்படுகிறது.
This festival is celebrated to honor farmers.

10. இந்த விழா எப்போது கொண்டாடப்படும்?
When will this festival be celebrated?

    இந்த விழா ஜனவரியில் கொண்டாடப்படும்.
    This festival will be celebrated in January.

பின்னிணைப்பு 7: மருத்துவமனையில்

1. மருத்துவர் எப்போது வருவார்?
   When will the Doctor come?

   மருத்துவர் ஐந்து மணிக்கு வருவார்.
   The Doctor will come at 5pm.

2. மருத்துவ ஆலோசனைக்கு நான் எவ்வளவு கட்டணம் செலுத்த வேண்டும்?
   How much I need to pay for consultation?

   மருத்துவ ஆலோசனைக்கு நீங்கள் நூறு ரூபாய் கட்டணம் செலுத்த வேண்டும்.
   You need to pay Rs.100 for consultation.

3. இந்த மருத்துவர் எதில் நிபுணர்?
   What is the specialty of this doctor?

   இந்த மருத்துவர் அறுவைச் சிகிச்சை நிபுணர்.
   This doctor is a surgeon.

4. இன்னும் எத்தனை நோயாளிகள் உள்ளார்கள்?
   How many patients are there?

இன்னும் மூன்று நோயாளிகள் உள்ளார்கள்.
There are three patients.

5. உங்களுக்கு எங்கே வலி இருக்கிறது?
   Where do you feel the pain?

   எனக்குத் தலையில் வலி இருக்கிறது.
   I feel the pain in the head.

6. நேற்று என்ன சாப்பிட்டீர்கள்?
   What did you eat yesterday?

   நேற்று வீட்டு உணவு சாப்பிட்டேன்.
   Yesterday I ate food from home.

7. உங்களுக்கு ஏதாவது ஒவ்வாமை உண்டா?
   Are you allergic to something?

   ஆம், எனக்கு நிலக்கடலை ஒவ்வாமை உண்டு.
   Yes, I am allergic to peanuts.

8. நீங்கள் தினமும் உடற்பயிற்சி செய்கிறீர்களா?
   Are you working out every day?

   ஆம், நான் தினமும் உடற்பயிற்சி செய்கிறேன்.
   Yes, I work out every day.

9. மருந்துகளை எங்கே வாங்கவேண்டும்?
   Where should I buy the medicines?

   மருந்துகளை அந்தக் கவுன்டரில் வாங்கலாம்.
   You can buy the medicines in that counter.

10. மீண்டும் எப்போது நான் மருத்துவரைப் பார்க்க வரவேண்டும்?
    When should I come to see the Doctor again?

    நீங்கள் விரைவில் குணமாகிவிடுவீர்கள். மீண்டும் மருத்துவரைப் பார்க்க வரவேண்டியதில்லை.
    You will be alright soon. You need not come to see the doctor again.

எல்லாரும் பேசலாம் இங்கிலீஷ்

பின்னிணைப்பு 8: வங்கியில்

1. வங்கி எத்தனை மணிக்குத் திறக்கப்படும்?
   When will the bank open?

   வங்கி ஒன்பது மணிக்குத் திறக்கப்படும்.
   The bank will open at 9am.

2. புதிய கணக்கு தொடங்க என்ன தேவை?
   What do I need to open a new account?

   புதிய கணக்கு தொடங்க இந்த ஆவணங்கள் தேவை.
   You need these documents to open a new account.

3. இந்த வங்கியின் மேலாளர் யார்?
   Who is the manager of this bank?

   இந்த வங்கியின் மேலாளர் திரு. ராமன்.
   Mr. Raman is the manager of this bank.

4. இந்த வங்கியில் ஏடிஎம் வசதி உண்டா?
   Do you have ATM facility in this bank?

   ஆம், இந்த வங்கியில் ஏடிஎம வசதி உண்டு.
   Yes, we have ATM facility in this bank.

5. நான் இந்தச் சேதமடைந்த ரூபாய் நோட்டை மாற்றலாமா?
   Can I exchange this damaged currency?

   ஆம், நீங்கள் இந்தச் சேதமடைந்த நோட்டை மாற்றலாம்.
   Yes, you can exchange this damaged currency.

6. சேமிப்புக் கணக்கில் குறைந்தபட்சம் வைக்கவேண்டிய கையிருப்புத் தொகை என்ன?
   What is the minimum balance to be maintained in a savings account?

   சேமிப்புக் கணக்கில் குறைந்தபட்சம் வைக்கவேண்டிய கையிருப்புத் தொகை, ரூ.500.
   The minimum balance to be maintained in a savings account is Rs.500.

7. இங்கே எந்தெந்தக் கடன்கள் வழங்கப்படுகின்றன?
   What are the loans offered in this bank?

   இங்கே வீட்டுக்கடன்கள், வாகனக்கடன்கள் வழங்கப்படுகின்றன.
   Home loans and Vehicle loans are offered in this bank.

8. பணம் எடுப்பதற்கான படிவம் எங்கே இருக்கிறது?
   Where can I get the withdrawal form?

   பணம் எடுப்பதற்கான படிவங்கள் அந்த மேஜையில் இருக்கின்றன.
   The withdrawal forms are in that table.

9. என்னுடைய டோக்கன் எண்ணை எப்போது அழைப்பீர்கள்?
   When will you call my token number?

   உங்களுடைய டோக்கன் எண்ணை இன்னும் ஐந்து நிமிடங்களில் அழைப்போம்.
   We will call your token number in five minutes.

10. முதலீட்டுக் கணக்கு தொடங்கும் வழிமுறை என்ன?
    What is the procedure to start an investment account?

    முதலீட்டுக் கணக்கு தொடங்கும் வழிமுறையை இந்தத் தாள் விளக்குகிறது.
    This sheet explains the procedure to start an investment account.

விடைகள்

அத்தியாயம் 5

வாக்கியம்	ஆள்	வேலை	பொருள்
I am walking	I	Walk	
You like my father	You	Like	My Father
I went to Chennai	I	Go (went)	Chennai
I live in Chennai	I	Live	Chennai
Manoj ate an ice cream	Manoj	Eat (ate)	Ice Cream
Priya cooked a meal	Priya	Cook	Meal
You are running	You	Run	
The car is red	The car		
The student passed the exam	The student	Pass	Exam
The judge gave the sentence.	The judge	Give (gave)	sentence

அத்தியாயம் 6

வாக்கியம்	ஆள்	1st/ 2nd/ 3rd Person
I am walking	I	1st Person
You are talking	You	2nd Person
He is skipping	He	3rd Person
She is reading	She	3rd Person
James goes to Delhi	James	3rd Person
You are a sweet Person	You	2nd Person
Your eyes are small	You	2nd Person
This teacher is smart	This teacher	3rd Person
His goal is to win	His	3rd Person
The president is addressing the meeting	The president	3rd Person
My hands are wet	I	1st Person
They built this beautiful building	They	3rd Person
I am going to fix this problem immediately	I	1st Person
He is an amazing talent	He	3rd Person
Our aunt is an amazing dancer	Our aunt	3rd Person

அத்தியாயம் 7

வாக்கியம்	Verb	வகை
He is walking	Walk	Present Tense
I am eating	Eat	Present Tense
He danced	Dance	Past Tense
She wrote a poem	Write	Past Tense
I will go to Chennai tomorrow	Go	Future Tense
He felt hungry	Feel	Past Tense
Ramesh cooked meal	Cook	Past Tense
He got a job	Get	Past Tense
I prayed to God	Pray	Past Tense
You will score well in the Exam	Score	Future Tense
Mahesh is taking care of the baby	Take care	Present Tense
The monkey is jumping	Jump	Present Tense
The baby is playing with toys	Play	Present Tense
Gunasekar put a pen on the table	Put	Past Tense
Thousands of people are travelling to their native places today	Travel	Present Tense

அத்தியாயம் 9

வாக்கியம்	பொருள்	ஒட்டு
He is drinking coffee	Coffee	
She is driving a car	Car	
You are swimming in the river	River	in
We are signing an agreement	Agreement	
Raman is winning the war	War	
Students are writing an examination	Examination	
Shop owner sold a book	Book	
Shop owner sells to make profit	Profit	to
He won because of talent	Talent	because of
India got freedom	Freedom	
Two countries are fighting for superiority	Superiority	for
I will watch television today	Television	
He smiled because of dream	Dream	because of
They walked one mile	One mile	
We jumped from the bench	Bench	from

எல்லாரும் பேசலாம் இங்கிலீஷ்

அத்தியாயம் 11

1. அவன் இட்லி சாப்பிட்டான்
   He ate idly

2. நீ வீட்டுக்குச் செல்கிறாய்
   You are going home (அல்லது) You are going to home

3. நீங்கள் நடனம் ஆடுகிறீர்கள்
   You are dancing

4. இரவாகிவிட்டதால் அவன் தூங்குகிறான்
   He is sleeping because it is night

5. அவன் மேடையிலிருந்து பேசுகிறான்
   He is speaking from the stage

6. அவள் கணக்கில் நூறு மதிப்பெண் வாங்கியுள்ளாள்
   She got 100 marks in mathematics

7. அவர்கள் பாடல் பாடுகிறார்கள்
   They are singing a song

8. அவர்கள் இரண்டு பாடல்களைப் பாடுகிறார்கள்
   They are singing two songs

9. நீ ஒப்பனை போட்டுக்கொள்கிறாய்
   You are applying makeup

10. ராமன் மானைப் பார்த்தான்
    Raman saw the deer

11. சீதை காட்டில் நடப்பாள்
    Seethai will walk in the forst

12. ராவணன் தோல்வி அடைவான்
    Ravanan will lose

13. நீங்கள் பேருந்தில் ஏறுகிறீர்கள்
    You are climbing on a bus

14. அவர்கள் கார் ஓட்டுகிறார்கள்
    They are riding a car

15. அவர்கள் வரிசையில் நிற்கிறார்கள்
    They are standing in a line

அத்தியாயம் 12

1. நீங்கள் எப்படி சைக்கிள் ஓட்டுகிறீர்கள்?
   How are you riding your bicycle?

2. அவன் எப்படிப் போட்டியில் வென்றான்?
   How did he win the competition?

3. அவன் ஏன் உட்கார்ந்திருக்கிறான்?
   Why is he sitting?

4. அவளுடைய வயது எவ்வளவு?
   What is her age?

5. நீங்கள் எங்கே வசிக்கிறீர்கள்?
   Where are you living?

6. மாணிக்கம் எந்த வகுப்பில் படிக்கிறான்?
   In which class Manikkam is studying?

7. நான் எவ்வளவு உப்பு சேர்க்கவேண்டும்?
   How much salt should I add?

8. நீங்கள் பிறந்தநாளை எப்போது கொண்டாடுவீர்கள்?
   When will you celebrate your birthday?

9. இந்தப் புத்தகம் எப்போது வெளியானது?
   When was this book released?

10. உங்கள் ஊரில் மைதானம் உள்ளதா?
    Is there an open ground in your city?

11. அவர் ஏன் நடந்து செல்கிறார்?
    Why is he walking?

12. நாம் எங்கே செல்கிறோம்?
    Where are we going?

13. சரவணன் எப்போது வருவான்?
    When will Saravanan come?

14. அவள் எங்கே வேலை செய்கிறாள்?
    Where is she working?

15. நீங்கள் எத்தனை நாள் தங்குவீர்கள்?
    How many days will you stay?

அத்தியாயம் 13

16. நீங்கள் எப்படி சைக்கிள் ஓட்டுகிறீர்கள்?
    How are you riding your bicycle?
    I am riding my bicycle by pedalling

17. அவன் எப்படிப் போட்டியில் வென்றான்?
    How did he win the competition?
    He won the competition by his talent

18. அவன் ஏன் உட்கார்ந்திருக்கிறான்?
    Why is he sitting?
    He is sitting because he is tired

19. அவளுடைய வயது எவ்வளவு?
    What is her age?
    Her age is 15

20. நீங்கள் எங்கே வசிக்கிறீர்கள்?
    Where are you living?
    I am living in Chennai

21. மாணிக்கம் எந்த வகுப்பில் படிக்கிறான்?
    In which class Manikkam is studying?
    Manikkam is studying in 4th standard

22. நான் எவ்வளவு உப்பு சேர்க்கவேண்டும்?
    How much salt should I add?
    You should add one spoon of salt

23. நீங்கள் பிறந்தநாளை எப்போது கொண்டாடுவீர்கள்?
    When will you celebrate your birthday?
    I will celebrate my birthday on 15th October

24. இந்தப் புத்தகம் எப்போது வெளியானது?
    When was this book released?
    This book was released in 2012

25. உங்கள் ஊரில் மைதானம் உள்ளதா?
    Is there an open ground in your city?
    Yes, there is an open ground in our city

26. அவர் ஏன் நடந்து செல்கிறார்?
    Why is he walking?
    He is walking to keep his body fit

27. நாம் எங்கே செல்கிறோம்?
    Where are we going?
    We are going to the city

28. சரவணன் எப்போது வருவான்?
    When will Saravanan come?
    Saravanan will come tomorrow

29. அவள் எங்கே வேலை செய்கிறாள்?
    Where is she working?
    She is working in a bank

30. நீங்கள் எத்தனை நாள் தங்குவீர்கள்?
    How many days will you stay?
    We will stay for 4 days

தெளிவான எழுத்தும் ஆழமான ஆய்வும் நிறைந்த நூல்களுக்காகத் தமிழ் வாசகர்களிடையில் நன்கு அறியப்பட்டுள்ள என். சொக்கன் புனைவு, வாழ்க்கை வரலாறு, நிறுவன வரலாறு, தன்னம்பிக்கை, சிறுவர் இலக்கியம் உள்ளிட்ட துறைகளில் இதுவரை எழுபதுக்கும் மேற்பட்ட நூல்கள், நூற்றுக்கணக்கான கதைகள், கட்டுரைகளை எழுதியுள்ளார். விரிவான ஆய்வுகள், சான்றுகளின் அடிப்படையிலான ஆழமான வரலாற்று நூல்களைத் தமிழில் எழுத இயலும், அவற்றைப் பெரும்பான்மை வாசகர்களுக்குக் கொண்டுசேர்க்கவும் இயலும் என்பதைப் பலமுறை நிரூபித்த எழுத்து வகை இவருடையது.

தமிழ், ஆங்கிலம் ஆகிய இரு மொழிகளிலும் எழுதும் சொக்கனுடைய நூல்கள் ஹிந்தி, கன்னடம், மலையாளம் உள்ளிட்ட பல மொழிகளில் மொழிபெயர்ப்பாகியுள்ளன.